ഗ്രീൻ ബുക്സ്

പപ്പിലിയോ ബുദ്ധ

ജയൻ ചെറിയാൻ

ചലച്ചിത്ര സംവിധായകൻ, തിരക്കഥാകൃത്ത്.
ന്യൂയോർക്കിലെ സിറ്റി യൂണിവേഴ്സിറ്റിയിൽനിന്നും
ഫിലിം മേക്കിംഗിൽ ബിരുദാനന്തര ബിരുദം.
ബെർലിൻ ഇന്റർനാഷണൽ ഫിലിം ഫെസ്റ്റിവൽ,
ബി.എഫ്.ഐ. ലണ്ടൻ ലെസ്ബിയൻ ഗേ ഫിലിം ഫെസ്റ്റിവൽ,
മോണ്ട്റീൽ വേൾഡ് ഫിലിം ഫെസ്റ്റിവൽ,
ഡർബൻ ഇന്റർനാഷണൽ ഫെസ്റ്റിവൽ,
കൊൽക്കത്ത ഇന്റർനാഷണൽ ഫിലിം ഫെസ്റ്റിവലുകളിൽ
ചിത്രങ്ങളും ഷോർട്ട് ഫിലിമുകളും പ്രദർശിപ്പിച്ചിട്ടുണ്ട്.

പുരസ്കാരങ്ങൾ: കേരള ഫിലിം ക്രിട്ടിക്സ് അസോസിയേഷൻ
അവാർഡ്, സിൽവർ കോഞ്ച് അവാർഡ് (MIFF),
സിൽവർ ജൂറി പ്രൈസ് (Sanfrancisco International
Short Film Festival), കേരള സാഹിത്യ അക്കാദമി കനകശ്രീ
എൻഡോവ്മെന്റ് അവാർഡ്, സംസ്ഥാന സർക്കാരിന്റെ
സ്പെഷ്യൽ ജൂറി അവാർഡ്.

തിരക്കഥ
പപ്പിലിയോ ബുദ്ധ
ദളിത് പോരാട്ടങ്ങളുടെ വിപ്ലവഗാഥ

ജയൻ ചെറിയാൻ

ഗ്രീൻ ബുക്സ്

green books private limited
gb building, civil lane road, ayyanthole,
thrissur- 680 003, kerala
ph: +91 487-2381066, 2381039
website: www.greenbooksindia.com
e-mail: info@greenbooksindia.com

(malayalam)
papilio buddha
(screen play)
by
jayan cherian

first published april 2017
copyright reserved

cover design : rajesh chalode

branches:
thrissur 0487-2422515
palakkad 0491-2546162
kannur 0497-2763038
thiruvananthapuram 9846670899

isbn : 978-93-86440-24-2

---

no part of this publication may be reproduced, or transmitted in any form or by any means, without prior written permission of the publisher

GBPL/895/2017

മുഖക്കുറി

ജാതികോമരങ്ങളുടെ എതിർപ്പുകൾ ഏറ്റുവാങ്ങിയ 'പപ്പിലിയോ ബുദ്ധ' വ്യവസ്ഥാപിത ജാതിബോധത്തിനെതിരെ ആഞ്ഞടിച്ചുകൊണ്ട്, തിയേറ്ററുകളെ നടുക്കിയ സിനിമയായതുകൊണ്ടാവാം, പ്രദർശന സംരംഭങ്ങൾ സംഘടിതമായി തടയപ്പെടുകയായിരുന്നു. മലയാള സിനിമാ ചരിത്രത്തിലെ ദുഃഖകരമായ ഒരദ്ധ്യായമാണത്. ഈ ചിത്രം നൽകിയ സന്ദേശങ്ങളുടെ ഇടിമുഴക്കങ്ങൾ ജയൻ ചെറിയാന്റെ തിരക്കഥയിലും നമുക്കു കാണാൻ കഴിയും. ദളിത് പോരാട്ടങ്ങളുടെ വിപ്ലവഗാഥ എന്നു വിശേഷിപ്പിക്കാവുന്ന പപ്പിലിയോ ബുദ്ധയുടെ തിരക്കഥയും ഒരു സിനിമാക്കാഴ്ച പോലെ ഹൃദ്യമാണ്.

കൃഷ്ണദാസ്
മാനേജിങ് എഡിറ്റർ

ബുദ്ധശലഭവും ബുദ്ധദർശനവും
ഡോ. ടി.ടി. ശ്രീകുമാർ

ഇന്ത്യൻ ഉപഭൂഖണ്ഡത്തിൽ ബുദ്ധമതത്തിന്റെ ആവിർഭാവവും വളർച്ചയും ജാതിവ്യവസ്ഥയിൽ അധിഷ്ഠിതമായ ബ്രാഹ്മണമത ത്തിന്റെ ആചാരസംഹിതകളോട് മാത്രമല്ല, അതിന്റെ ദാർശനിക പദ്ധതികളിൽ ഏറ്റവും ശക്തമായി നിലകൊണ്ട ന്യായ-വൈ ശേഷിക വ്യവസ്ഥയുടെ ജ്ഞാന-ഭവശാസ്ത്ര സമീപനങ്ങളോടും ധീരമായി പൊരുതുകയും അതുവഴി ഇന്ത്യൻ തത്ത്വചിന്തയെ ത്തന്നെ പുതിയ ഔന്നത്യങ്ങളിലേക്ക് ഉയർത്തുകയും ചെയ്തു എന്നത് ഒരു ചരിത്ര യാഥാർത്ഥ്യമാണ്. ബുദ്ധമതം രൂപംകൊണ്ട ആദ്യശതകങ്ങളിൽനിന്ന് ഇത്തരമൊരു ദാർശനിക സമരത്തിന്റെ കൃത്യമായ അടയാളങ്ങൾ ലഭ്യമല്ലെങ്കിലും എ.ഡി. അഞ്ചാം ശതക ത്തിൽ ദിഗ്നാഗൻ എന്ന ബൗദ്ധദാർശനികന്റെ വരവോടെ ബുദ്ധിസ്റ്റ് ജ്ഞാനമീമാംസയും തർക്കശാസ്ത്രവും ന്യായ വൈശേഷിക ചിന്തയുടെ സമഗ്രമായ വിമർശനത്തിലൂന്നിക്കൊണ്ട് ശക്തമായ ഒരു ബദൽദർശനമായി നിലവിൽ വരുന്നത് കാണുവാൻ കഴിയും. ഇന്ത്യൻ തത്ത്വചിന്തയുടെ പിൽക്കാല വികാസത്തിന്റെ ദിശ നിർണ്ണയിച്ച സുപ്രധാന സംഭവമായിരുന്നു ബുദ്ധിസ്റ്റ് ജ്ഞാന-തർക്ക ശാസ്ത്രങ്ങളുടെ ഈ രംഗപ്രവേശം. ആദ്യകാല ബുദ്ധമ തപാരമ്പര്യത്തിൽ നിന്ന് അതിന്റെ ദാർശനികമായ ഉൾക്കരുത്തു കൾ ദിഗ്നാഗൻ കണ്ടെടുക്കുകയും വികസിപ്പിക്കുകയും ചെയ്ത തോടെ താത്ത്വികമേഖലയിൽ പുതിയ സംവാദങ്ങൾക്ക് വഴിയൊ രുങ്ങുകയായിരുന്നു. ബ്രാഹ്മണമതദർശനത്തിന്റെ അടിത്തറ തോണ്ടുന്ന വിമർശനങ്ങളാണ് ദിഗ്നാഗൻ ഉന്നയിച്ചത്. ഈ വിമർശ നങ്ങളോട് പ്രതികരിക്കാതെ, സംവദിക്കാതെ, ബ്രാഹ്മണമതവിചാ രങ്ങൾക്ക് മുന്നോട്ടുപോകാൻ കഴിയുമായിരുന്നില്ല. ഭാരതീയ തത്ത്വ ചിന്താമണ്ഡലമാകെത്തന്നെ ഇതോടെ സംഘർഷഭരിതവും ചല നാത്മകവുമായി. ബുദ്ധമതം ഒരു പുതിയ ഉണർവ് നേടുകയും ഉപഭൂഖണ്ഡത്തിന്റെ അതിരുകൾക്കപ്പുറത്തേക്ക് കൂടുതൽ കരുത്തോടെ പ്രചരിക്കാൻ തുടങ്ങുകയും ചെയ്തു. ബ്രാഹ്മണ്യ

ലോകവീക്ഷണത്തെ ചോദ്യം ചെയ്യുന്ന ബൗദ്ധദാർശനിക പരിപ്രേക്ഷ്യം തത്ത്വചിന്തയിലെ വർണ വർഗസമരത്തെ തീക്ഷ്ണമാക്കുകയാണുണ്ടായത്.

ഹിന്ദുമതമായി പിൽക്കാലത്ത് അറിയപ്പെട്ട ബ്രാഹ്മണമതത്തിന്റെ യാഥാസ്ഥിതികമായ ലോകവീക്ഷണം ഔപനിഷദമായ ആത്മവാദത്തിൽ അധിഷ്ഠിതമായിരുന്നു. എന്നാൽ ബുദ്ധമത പാരമ്പര്യത്തിൽ നിന്ന് ഊർജ്ജമുൾക്കൊണ്ട് ദിഗ്നാഗൻ അനാത്മവാദം വികസിപ്പിച്ചതോടെ, വർണ/ജാതി വ്യവസ്ഥയിൽ കെട്ടിപ്പൊക്കിയ ഹിന്ദുമത ലോകവീക്ഷണത്തിന് ശക്തമായ വെല്ലുവിളിയാണ് നേരിടേണ്ടിവന്നത്. ഈ രണ്ടു താത്ത്വിക സമീപനങ്ങൾ തമ്മിൽ ആറു നൂറ്റാണ്ട് കാലത്തോളം നീണ്ട നിരന്തര സംഘർഷത്തിലൂടെയാണ് ഇന്ത്യയിലെ ദളിത് രാഷ്ട്രീയം അതിന്റെ വ്യത്യസ്തമായ നൈതികാസ്തിത്വം രൂപപ്പെടുത്തുന്നത്. എ.ഡി. പതിനൊന്നാം നൂറ്റാണ്ടോടെ, ബുദ്ധമതത്തെ കായികമായി തുടച്ചുനീക്കുന്നതിൽ ബ്രാഹ്മണമതം വിജയിച്ചതോടെ ജാത്യാധികാരവിരുദ്ധവും ലിംഗനീതിപരവുമായ പുതിയ ബുദ്ധനൈതികതയുടെ ദാർശനികധാരയും സംവാദമേഖലകളിൽനിന്ന് അപ്രത്യക്ഷമാവുകയായിരുന്നു. ഇന്ത്യൻ തത്ത്വചിന്തയ്ക്കുതന്നെ ചലനാത്മകത നഷ്ടപ്പെടുകയും അതിന്റെ വളർച്ച മുരടിക്കുകയും ചെയ്യുന്നത് ബുദ്ധമതം നേരിട്ട ഈ പ്രതിസന്ധിയുടെ പശ്ചാത്തലത്തിലാണ്.

ഇന്ത്യയിൽ പിന്തള്ളപ്പെട്ടെങ്കിലും സംഘടിതമായ കായികാക്രമണങ്ങൾ സംഭവിക്കാതിരുന്ന കിഴക്കനേഷ്യൻ പ്രദേശങ്ങളിലെമ്പാടും ബുദ്ധമതം പ്രധാന ജീവിതശൈലിയായി മാറി എന്നത് ചരിത്രവസ്തുതയാണ്. നിരവധി നൂറ്റാണ്ടുകൾക്കുശേഷം കൊളോണിയൽ അധിനിവേശകാലത്ത് ഇന്ത്യൻ ദാർശനിക പാരമ്പര്യങ്ങളെ വസ്തുനിഷ്ഠമായി സമീപിക്കാനുള്ള രാഷ്ട്രീയ സാഹചര്യം ഉണ്ടായപ്പോഴാണ് ബുദ്ധമതത്തിന്റെ ദാർശനിക സംഭാവനകളെക്കുറിച്ചുള്ള പുനർവിചിന്തനങ്ങൾക്ക് വഴിയൊരുങ്ങിയത്. ഇന്ത്യയിലെ ജാത്യാധീശ ഫ്യൂഡൽവ്യവസ്ഥ, കൊളോണിയൽ ലോകക്രമത്തിന്റെ ഭാഗമായപ്പോൾ, രൂപംകൊണ്ട കൊളോണിയൽ ഉത്പാദനരീതി, ജാതിപ്രത്യയശാസ്ത്രത്തെ ഇല്ലാതാക്കിയില്ലെങ്കിലും, ഫ്യൂഡൽ അധികാരഘടനയ്ക്കു പുറത്തുള്ള സാമ്പത്തിക വ്യവഹാരങ്ങൾക്ക്, വിശേഷിച്ചും കാർഷികേതര അധ്വാനത്തിനും വിദേശ മൂലധനം പ്രധാനമായ തോട്ടം മേഖലകളിലെയും അടിസ്ഥാന നിർമ്മാണ മേഖലയിലെയും കൂലിവേലയ്ക്കുമുള്ള സാധ്യതകൾ തുറന്നിട്ടു. കൂടാതെ കൂലിവേലയെക്കാളും ആദായകരമായ ചെറുകിട ജോലികൾ അടക്കമുള്ള മറ്റു സാമ്പത്തികാവസരങ്ങൾ സൃഷ്ടിക്കുന്നതിനും

ഈ പുതിയ കൊളോണിയൽ ഉത്പാദനരീതി കാരണമായി ത്തീർന്നു. ആഗോളമൂലധനം ശക്തമായി കടന്നുവന്ന പ്രദേശ ങ്ങളിൽ, ചില സവിശേഷ ചരിത്രസാഹചര്യങ്ങളിൽ, വമ്പിച്ച ദളിത് മുന്നേറ്റങ്ങൾക്ക് പശ്ചാത്തലമൊരുക്കാൻ ഈ പുതിയ സാമ്പത്തികക്രമം സഹായകമായി എന്നത് ശ്രദ്ധേയമാണ്.

ഇതേ ചരിത്രസാഹചര്യം തന്നെയാണ് 1860 ൽ നേരിട്ടുള്ള ബ്രിട്ടീഷ് ഭരണം ആരംഭിച്ചതുമുതൽ 1930 കളിൽ രണ്ടാം ലോക യുദ്ധംവരെയുള്ള കാലഘട്ടത്തിൽ കേരളത്തിലും അധഃസ്ഥിത -ദളിത് ജാതിവ്യവസ്ഥാവിരുദ്ധ സമരങ്ങൾക്കും അടിസ്ഥാനമാ യിത്തീർന്നത്. ദളിതരുടെ ജാതിവ്യവസ്ഥാവിരുദ്ധ മുദ്രാവാക്യം, കേവലം ഉപരിപ്ലവമായ ജാതിവിരുദ്ധ മുദ്രാവാക്യമായി മാറ്റി. ബ്രാഹ്മണ്യാശയങ്ങളിൽനിന്ന് വിടുതി നേടാത്ത ഒരു കമ്മ്യൂ ണിസ്റ്റ് പാർട്ടി നേതൃത്വം സ്വാംശീകരിച്ചുവെന്നും ഇതിന്റെ ഫല മായി ദളിത് രാഷ്ട്രീയത്തിന് 1930-കൾ വരെ നേടിയെടുക്കാൻ കഴിഞ്ഞ രാഷ്ട്രീയ മേൽക്കൈ നഷ്ടപ്പെട്ട് അത് പാർട്ടി അജൻഡ യുടെ ഓരങ്ങളിലേക്ക് തള്ളിനീക്കപ്പെട്ടുവെന്നും പുതിയ ദളിത് നേതൃത്വം വിശ്വസിക്കുന്നു. ജാതിവ്യവസ്ഥാവിരുദ്ധമായ സ്വത്വ രാഷ്ട്രീയത്തിലൂടെ നേടിയെടുക്കാമായിരുന്ന ജാതിസമത്വവും സാംസ്കാരികവും സാമ്പത്തികവുമായ നേട്ടങ്ങളും ഇത്തര ത്തിൽ വർഗസമരത്തിന്റെ നിശിതമായ പരിപ്രേക്ഷ്യമാണ് നഷ്ട പ്പെടുത്തിയതെന്ന ആത്മവിമർശനവും ആദിവാസി-ദളിത് വിഭാഗങ്ങളിൽ 1980-കളോടെ ശക്തിപ്രാപിക്കുന്നതായി കാണാം. കമ്മ്യൂണിസ്റ്റ് പാർട്ടികളുടെ സൈദ്ധാന്തിക പ്രത്യയശാസ്ത്ര ദൗർബല്യങ്ങളാകട്ടെ, അന്യവർഗവീക്ഷണങ്ങളും ജാത്യാധി പത്യമൂല്യങ്ങളും നിറഞ്ഞ ഒരു സമീപനത്തിലേക്ക് അവയെ തള്ളിവിടുകയും ചെയ്തു. ഇതും ദളിത് ആദിവാസി ജനതയ്ക്ക് തിരിച്ചടിയായാണ് മാറിയതെന്ന് അവർ വിലയിരുത്തുന്നു. 1980-കൾ മുതൽ ശക്തമായ ദളിത്-ആദിവാസി സ്വത്വസമരത്തിന്റെ പ്രാധാന്യം ഈ വിമർശന-സ്വയം വിമർശനങ്ങളുടെ താത്ത്വിക -രാഷ്ട്രീയ പശ്ചാത്തലത്തിൽ മാത്രമേ മനസ്സിലാക്കാൻ കഴിയു കയുള്ളൂ.

1970-കളിൽ കേരളത്തിൽ ഒടുവിൽ ഭൂപരിഷ്കരണം നടപ്പി ലാക്കുന്നതിന് കാരണമായത് സി.പി.ഐ. (എം.എൽ.) പ്രസ്ഥാന ത്തിന്റെ നേതൃത്വത്തിൽ നടന്ന ഉന്മൂലനസമരമായിരുന്നു. ഭൂപരിഷ്കരണം ഈ ഹിംസാത്മക സമരത്തിന്റെ മുഖ്യലക്ഷ്യ മായിരുന്നില്ലെങ്കിലും ഒരു സാമ്പത്തിക പ്രത്യയശാസ്ത്ര വ്യവഹാരം എന്ന നിലയിലുള്ള ഫ്യൂഡലിസത്തിന്റെ അവസാ നത്തെ കൊത്തളത്തിനുനേരെ നടന്ന ശക്തമായ കടന്നാക്രമ ണമായിരുന്നു ഉന്മൂലനസമരം. ഇതോടെ ഭൂപരിഷ്കരണം ഏതു

വിധേനയും നടപ്പിലാക്കാൻ ഭരണവർഗ്ഗം നിർബന്ധിതരായി. പരസ്പരമുള്ള അഴിമതിയാരോപണങ്ങളിൽപ്പെട്ട് 1969-ലെ ഇ. എം.എസ്. മന്ത്രിസഭ നിലംപതിച്ചിട്ടും തുടർന്ന് വന്ന സി.പി.ഐ. കോൺഗ്രസ് നേതൃത്വത്തിലുള്ള മന്ത്രിസഭ ഭൂപരിഷ്കരണം മുഖ്യ അജൻഡയായി കൊണ്ടുവരുന്നത് ഈ സാഹചര്യത്തിലാണ്. ഭൂപരിഷ്കരണ നടപടികൾ ആരംഭിച്ചപ്പോൾ സി.പി.എം. മിച്ചഭൂമിസമരവും സംഘടിപ്പിച്ചിരുന്നു. അടിയന്തരാവസ്ഥ പ്രഖ്യാപനത്തോടെ ആ സി.പി.എം. സമരം അപ്രത്യക്ഷമായി. ഈ സമരത്തിൽനിന്ന് സി.പി.എം. പിന്മാറുന്നതിന്റെ രാഷ്ട്രീയ സൈദ്ധാന്തിക കാരണങ്ങൾ ഡോ. കൃഷ്ണാജിയുടെ നിഗമനങ്ങളെ മുൻനിർത്തി ഞാൻ മുൻപ് ചർച്ച ചെയ്തിട്ടുണ്ട്. (ടി.ടി. ശ്രീകുമാർ, 'രണ്ടാം ഭൂപരിഷ്കരണത്തിന്റെ വെല്ലുവിളികൾ' 'നവസാമൂഹികത : ശാസ്ത്രം, ചരിത്രം, രാഷ്ട്രീയം) ഇതിനു മറ്റൊരു ചരിത്രപശ്ചാത്തലം കൂടി ഉണ്ട്. 1930കൾ മുതൽ ഉണ്ടായ സാമ്പത്തിക മാറ്റങ്ങൾ കേരളത്തിലെ ജന്മിവ്യവസ്ഥയെ 1950-കളായപ്പോഴേക്ക് തളർത്തിക്കഴിഞ്ഞിരുന്നു. കേരളത്തിൽ നിലനിന്നിരുന്ന നായർ മേധാവിത്ത കാർഷിക കൂട്ടുകുടുംബവ്യവസ്ഥ തകർത്ത് പുറത്തുവരാനുള്ള ശൂദ്രവിഭാഗങ്ങൾക്കിടയിലെ വ്യഗ്രതയാണ് ഈ വ്യവസ്ഥയുടെ തകർച്ചയ്ക്ക് കാരണമായ പ്രധാന ആന്തരിക വൈരുധ്യം. ശൂദ്രബ്രാഹ്മണവിഭാഗങ്ങൾക്കിടയിൽ നിലനിന്നിരുന്ന വ്യത്യസ്ത ദായക്രമങ്ങളോടുള്ള അതതു സമുദായങ്ങളിലെ ആന്തരികമായ വിപ്രതിപത്തികൾ ശക്തിപ്രാപിക്കാൻ തുടങ്ങുന്നതിന് 1920-കളിൽ ആണെങ്കിലും തറവാടുകളുടെയും ഇല്ലങ്ങളുടെയും ക്രമാനുഗതമായ വിഘടനത്തിലേക്കുള്ള വഴി തുറന്നത് 1930-കളിലെ ലോകസാമ്പത്തികക്കുഴപ്പം തന്നെ ആയിരുന്നു. 1930-കളിലെ സാമ്പത്തികക്കുഴപ്പം 'തറവാട്' എന്ന സാമ്പത്തിക ഏകകത്തെ ഏതാണ്ട് നിർവീര്യമാക്കുകയായിരുന്നു എന്ന് പറയാം. പുതിയ 'ഉത്പതിഷ്ണു' രാഷ്ട്രീയനേതൃത്വം ഈ പരിഷ്കരണവാദവിഭാഗത്തിന്റെ ലോകവീക്ഷണമായിരുന്നു ഉയർത്തിപ്പിടിച്ചിരുന്നത്. അക്കാലത്ത് ഈ ആന്തരിക സമരത്തിന്റെ ശക്തി കൂട്ടുന്നതിനുവേണ്ടി ദളിത് വിഭാഗങ്ങളെ തങ്ങളുടെ നേതൃത്വമായി സ്വയം അവരോധിക്കുകയും ചെയ്യുന്നത്. ഭൂപരിഷ്കരണത്തെ തങ്ങളുടെ അജൻഡയ്ക്കനുസൃതമായി മാറ്റി. ദളിത് വിഭാഗങ്ങൾക്ക് കാർഷികഭൂമി നിഷേധിച്ച്, തങ്ങൾക്കിടയിൽ മാത്രമായി കാർഷികഭൂമിയുടെ പുനർവിതരണം പരിമിതപ്പെടുത്താൻ ഈ തന്ത്രം അവരെ സഹായിക്കുകയുണ്ടായി. ഭൂപരിഷ്കരണത്തിന്റെ ഒടുവിൽ തങ്ങൾ പൂർണ്ണമായും വഞ്ചിക്കപ്പെട്ടു എന്ന് മുപ്പതുകൊല്ലക്കാലത്തെ അനുഭവത്തിൽനിന്ന് കേരളത്തിലെ ദളിത് നേതൃത്വം

തിരിച്ചറിയുകയായിരുന്നു എന്നാണ് 1980-കളിൽ ഉണ്ടായ ദളിത് ആദിവാസി സ്വത്വസമരങ്ങളിൽനിന്ന് നമുക്ക് മനസ്സിലാക്കാൻ കഴിയുന്നത്. പിന്നീട് നാം കാണുന്നത് നിരന്തരമായ സമരങ്ങളി ലൂടെ ദളിത് ആദിവാസി സ്വത്വസമരങ്ങൾ കേരള രാഷ്ട്രീയ ത്തിലെ ശക്തമായ സാന്നിധ്യമാകുന്നതാണ്. മുത്തങ്ങ, ചെമ്പറ ഭൂസമരങ്ങൾ ഭൂപരിഷ്കരണത്തിന്റെ ഉപരിവർഗ-സവർണാധി പത്യ ഉള്ളടക്കത്തെ തുറന്നുകാട്ടുകയും സി.പി.എം. മുതൽ ബി. ജെ.പി. വരെയുള്ള ഭരണവർഗ്ഗപാർട്ടികളുടെ ഭൂനയവും അതിന്റെ വലതുപക്ഷ സ്വഭാവവും വിമർശനവിധേയമാക്കുകയും ചെയ്തു.

1980-കളിലുണ്ടായ ഈ ദളിതുമുന്നേറ്റം കവിതയിലും കഥ യിലും കലയിലും സാംസ്കാരിക രാഷ്ട്രീയ വിമർശനത്തിലും പുതിയ ലാവണ്യചിന്തകൾക്കും കാരണമായിത്തീർന്നു. അതു പോലെത്തന്നെ ദളിത് രാഷ്ട്രീയത്തിന്റെ മതപരവും ദാർശനിക വുമായ പാരമ്പര്യങ്ങളിലേക്കും സ്വന്തം അനുഭവമണ്ഡലത്തിന്റെ രാഷ്ട്രീയ യാഥാർത്ഥ്യത്തെ ദാർശനികമായി അപഗ്രഥിക്കുന്ന തിന് ആവശ്യമായ സൈദ്ധാന്തിക ലാവണ്യ സജ്ജീകരണങ്ങളി ലേക്കും അവരുടെ ശ്രദ്ധ തിരിയുന്നത് കാണാം. അത്തരമൊരു രാഷ്ട്രീയ സാംസ്കാരിക സന്ദർഭത്തെ റാഡിക്കൽ റിയലിസ്റ്റ് സങ്കേതങ്ങളിലൂടെ പിടിച്ചെടുക്കാൻ ശ്രമിക്കുന്നു എന്നതാണ് കവിയും സംവിധായകനുമായ ജയൻ ചെറിയാന്റെ സെൻസർ ബോർഡ് പ്രദർശനാനുമതി നിഷേധിച്ച ചിത്രമായ 'പപ്പീലിയോ ബുദ്ധ'യുടെ സവിശേഷതയായി ചൂണ്ടിക്കാണിക്കാനുള്ളത്. സമ കാല കേരളത്തിലെ ദളിത് മർദ്ദനത്തിന്റേയും സമരമുന്നേറ്റങ്ങളു ടേയും അനുഭവമേഖലയിൽനിന്നാണ് ഈ കഥാചിത്രത്തിനുള്ള ആശയങ്ങൾ സമാഹരിച്ചിട്ടുള്ളത് എന്നത് വളരെ വ്യക്തമാണ്. കമ്മ്യൂണിസ്റ്റ് പാർട്ടിയിൽ ജാതിവിവേചനം നേരിട്ട് പിന്നീട് കണ്ടൽക്കാടുകളുടെ പ്രകൃതിരാഷ്ട്രീയവുമായി ബന്ധപ്പെട്ട ശ്രദ്ധേയനായ കല്ലൻ പൊക്കുടൻ, സി.ഐ.ടി.യു. തൊഴിലാളി കളുടെ ക്രൂരമായ മർദ്ദനങ്ങൾക്കും ജാതിപീഡനങ്ങൾക്കും ഇര യായ വനിതാ ഓട്ടോറിക്ഷ ഡ്രൈവർ ചിത്രലേഖ, മുത്തങ്ങ, ചെങ്ങറ തുടങ്ങിയ ആദിവാസി ദളിത് ഭൂസമരങ്ങളിലെ പീഡിത ജനവിഭാഗങ്ങൾ, കോടിയേരി ബാലകൃഷ്ണൻ ആഭ്യന്തരമന്ത്രി യായിരുന്ന കാലത്ത് കൊടിയ പോലീസ് പീഡനത്തിനിരയായ ഡി.എച്ച്.ആർ.എം. പ്രവർത്തകർ തുടങ്ങി സമകാല കേരളരാ ഷ്ട്രീയത്തിലെ ദളിത് ദുരിതാനുഭവങ്ങളുടെ പരിച്ഛേദം തീർച്ച യായും ഈ ചിത്രത്തിലുണ്ട് എന്നത് വസ്തുതാപരമായി വളരെ ശരിയാണ്. എന്നാൽ ഈ സിനിമ ഈ വസ്തുതകളാണോ? അവയുടെ ദൃശ്യാവിഷ്കാരമാണോ? പപ്പീലിയോ ബുദ്ധ' ഡോക്യുമെന്ററിയോ ഡോക്യുഫിക്ഷനോ യാഥാർത്ഥ്യത്തോട്

നീതിപുലർത്തുന്ന ഒരു കഥാചിത്രമോ അല്ല. 'പപ്പീലിയോ ബുദ്ധ'യുടെ ജൈവാടിസ്ഥാനം വിവിധ സ്ഥലകാലങ്ങൾക്കിടയിലുള്ള വൈരുധ്യങ്ങളെ, വിവിധ ചരിത്രകാലങ്ങളുടെ സംഘർഷാത്മകമായ സമന്വയത്തെ ഒരു കഥാചിത്രത്തിന്റെ ആഖ്യാനത്തിലേക്ക് അമൂർത്തവത്കരിക്കാൻ ദളിത് സമൂഹത്തിന്റെ മത/ദാർശനിക പാരമ്പര്യത്തിലേക്ക് ദൃഷ്ടി തിരിക്കുന്നു എന്നതാണ്. സമകാലിക രാഷ്ട്രീയത്തിൽ ദളിത് ആദിവാസി സമൂഹം നേരിടുന്ന ഓരോ തിരിച്ചടിയും, അവരുടെ സ്വത്വസമരങ്ങളുടെ ഓരോ മുന്നേറ്റവും ഈ മത/ദാർശനിക പാരമ്പര്യവുമായി എങ്ങനെ ചേർന്നുനിൽക്കുന്നു എന്നതിന്റെ ശക്തമായ ഒരു ദൃശ്യാവിഷ്കാരമായി ഈ സിനിമ മാറുന്നു എന്നതാണ് ശ്രദ്ധാർഹമായ വസ്തുത.

സിനിമ അതിന്റെ ബാഹ്യഘടനയിൽ മൂന്ന് കഥാപാത്രങ്ങളുടെ ആത്മസംഘർഷത്തെക്കുറിച്ചുള്ള അതിന്റെ നൈതിക-രാഷ്ട്രീയ മാനങ്ങളെക്കുറിച്ചുള്ള ഒരു ദൃശ്യവ്യാഖ്യാനമാണ് നൽകുന്നത്. കരിയൻ (കല്ലൻ പൊക്കുടൻ) ആദ്യകാല കമ്മ്യൂണിസ്റ്റ് പാർട്ടി പ്രവർത്തകനും പാർട്ടിയിലെ ജാതിമേധാവിത്വത്തോടുള്ള കലഹത്തിലൂടെ ദളിത് സ്വത്വരാഷ്ട്രീയത്തിലെത്തുകയും ദളിത് ഭൂസമര നേതാവായി മാറുകയും ചെയ്യുന്ന കഥാപാത്രമാണ്. കരിയന്റെ മകൻ ശങ്കരൻ (സി.പി. ശ്രീകുമാർ) ജവഹർലാൽ നെഹ്റു യൂണിവേഴ്സിറ്റിയിൽനിന്നും പഠനം പൂർത്തിയാക്കാതെ നാട്ടിൽ തിരിച്ചെത്തി സ്വന്തം ജാത്യാവസ്ഥ തന്നെ പൊതുസമൂഹത്തിൽ എങ്ങനെ പാർശ്വവത്കരിച്ചിരിക്കുന്നു എന്ന് തിരിച്ചറിഞ്ഞിട്ടും സ്വത്വസമരവേദികളിൽനിന്ന് മാറിനിന്ന്, അമേരിക്കൻ പഠനത്തിന്റെ സ്വപ്നങ്ങളിൽ മുഴുകിക്കഴിയുന്ന കഥാപാത്രമാണ്. ഒടുവിൽ ഈ യുവാവും ക്രൂരമായ പോലീസ് മർദ്ദനത്തിന് ഇരയാകുകയും ദളിത് മനുഷ്യാവകാശ രാഷ്ട്രീയത്തിന്റെ വേദിയിലേക്ക് കടന്നുവരികയും ചെയ്യുന്നു. തുടക്കത്തിൽ ഇയാൾ അമേരിക്കയിൽ നിന്ന് പശ്ചിമഘട്ടത്തിലെ പൂമ്പാറ്റകളെക്കുറിച്ച് പഠിക്കാൻ എത്തിയ ജാക്ക് (ഡേവിഡ് ബ്രിഗ്സ്) എന്ന ഗവേഷകന്റെ സഹായിയായാണ് പ്രത്യക്ഷപ്പെടുന്നത്. ഛത്തീസ്ഗഢിൽനിന്നുള്ള മാവോയിസ്റ്റ് വിപ്ലവകാരി പ്രസാദ് ബിമൽ നായക്, വിനായക് സെന്നിന്റെ മോചനത്തിനായുള്ള ഒപ്പുശേഖരണവുമായി ബന്ധപ്പെട്ട് ഡൽഹിയിലെത്തിയപ്പോൾ ശങ്കരന്റെ ജെ.എൻ.യു.വിലെ ഹോസ്റ്റൽ മുറിയിൽ ഏതാനും ദിവസം തങ്ങിയിരുന്നു. ഈ വിമൽ നായക്, കരിയൻ നേതൃത്വം നൽകുന്ന മേപ്പാടിയിലെ ഭൂസമരഭൂമി സന്ദർശിച്ചിരുന്നുവെന്നും അത് ശങ്കരന്റെ അറിവോടെയാണെന്നും ആരോപിച്ചായിരുന്നു പോലീസ്, ശങ്കരന്റെ ജനനേന്ദ്രിയത്തിൽ മുളകു

പൊടി നിറച്ച ബീജനിരോധന ഉറയിട്ട് കൊല്ലാക്കൊല ചെയ്യുന്ന തടക്കമുള്ള ക്രൂരമായ മർദ്ദനങ്ങൾക്ക് വിധേയനാക്കിയത്. മർദ്ദ നത്തിന്നിടയിൽ ഏറ്റവും നിന്ദ്യമായി കരുതപ്പെടുന്ന ഓരോ അസഭ്യവാക്യങ്ങൾക്കുമൊപ്പം പൊലീസുകാർ മറ്റൊരു അസഭ്യപദമായാണ് ശങ്കരന്റെ ജാതിപ്പേര് ഉപയോഗിച്ചിരുന്നത്. ഇതിനുമുൻപ് ആദിവാസികൾക്കിടയിൽ പ്രവർത്തിക്കുന്ന SEEM എന്ന എൻ.ജി. ഒ.യുടെ പ്രവർത്തകരും തന്നെ ജാതിയുടെ പേരിൽ അധിക്ഷേപിക്കുന്നത് അയാൾ കേൾക്കാൻ ഇടയായിരുന്നു. ശങ്കരന്റെ സുഹൃത്തായ മൂന്നാമത്തെ കേന്ദ്രകഥാപാത്രം മഞ്ജുശ്രീ (സരിത) ഓട്ടോറിക്ഷ ഡ്രൈവറും ദളിത് കുട്ടികൾക്ക് അധ്യാപികയുമാണ്. അവൾ തൊഴിൽസ്ഥലത്ത് ജാതി-ലിംഗ അവഹേളനത്തിന് പാത്രമാകുകയും അതിനെ ചെറുത്ത അവളെ സവർണ്ണ ഓട്ടോ ഡ്രൈവർമാർ ചതിയിൽ വിജനസ്ഥലത്ത് എത്തിച്ച് ലൈംഗികാതിക്രമത്തിന് ഇരയാക്കുകയും ചെയ്യുന്നു. ഹീനമായ ലൈംഗിക ആക്രമണത്തിനിടക്ക് ആ സവർണ്ണരായ തൊഴിലാളികൾ അവളെ വിളിച്ചപമാനിക്കുന്ന അശ്ലീലപദങ്ങളിലെല്ലാം ചേർത്ത് ഉപയോഗിക്കുന്നത് അവളുടെ ജാതിപ്പേരാണ്. ജീവിതത്തെ കത്തുന്ന കണ്ണുകളോടെ നേരിടുന്ന മഞ്ജുശ്രീ മലയാളസിനിമയ്ക്ക് അപരിചിതയായ കഥാപാത്രമാണ്. ന്യൂ ജനറേഷൻ സിനിമയിൽ നാഗരികതന്ത്രങ്ങളുമായി പുരുഷകഥാപാത്രങ്ങളുടെ നേർക്ക് തിരിയുന്ന യുവതികളുടെയോ, പഴയ മധ്യവർത്തി സിനിമകളുടെ പുതിയ വക്താക്കളുടെ വൈകാരിക സിനിമകളിൽ പുരുഷനെതിരെ തിരിഞ്ഞ് വിമോചിതയാവുന്ന സവർണസ്ത്രീകളുടെയോ വാർപ്പ് മാതൃകയിൽ ഒതുങ്ങുന്നതല്ല മഞ്ജുശ്രീയുടെ ജീവിതകലാപങ്ങൾ. ശരീരത്തെക്കുറിച്ച്, ജാതിയെക്കുറിച്ച്, മതത്തെക്കുറിച്ച്, അവൾ പുലർത്തുന്ന ധാരണകൾ ആത്മവിശകലനപരമാണ്. ഒടുവിൽ, തനിക്ക് നേരിടേണ്ടിവന്ന ശാരീരികാക്രമണത്തിനുശേഷം തല മുണ്ഡനം ചെയ്ത് ബുദ്ധവിഗ്രഹത്തിനുമുന്നിൽ വിളക്കുകൊളുത്തി അവൾ ഇറങ്ങുന്നത് സമരവേദിയിലേക്കാണ്. അവിടെ അഭിനവഗാന്ധിയന്മാർ നോക്കിനിൽക്കെ ദളിതരെ കുടിയൊഴിപ്പിക്കാൻ നടത്തുന്ന ക്രൂരമായ ലാത്തിച്ചാർജ്ജിൽ തലയ്ക്കടിയേറ്റ് മണ്ണിൽ വീണുപിടയുന്ന മഞ്ജുശ്രീ ആ സമരഭൂമിയിൽ പോലീസുകാർ തല്ലിത്തകർക്കുന്ന ബുദ്ധവിഗ്രഹം പോലെ ഉടഞ്ഞുകിടന്നു. മുത്തങ്ങയിലെ ആദിവാസികൾ ഉടഞ്ഞുചോരയൊലിക്കുന്ന ശരീരങ്ങളുമായി വലിച്ചിഴയ്ക്കപ്പെട്ടതുപോലെ ഒടുവിൽ അവളും സഹപ്രവർത്തകരും വിലങ്ങുകളിൽ ബന്ധിതരായി മാലിന്യങ്ങൾ പോലെ നീക്കം ചെയ്യപ്പെടുന്നു. ഒരു സ്ത്രീജീവിതത്തിന്റെ വ്യഥകളും വ്യഗ്രതകളും മറ്റാരെയും പോലെ അനുഭവിക്കുന്നില്ല മഞ്ജുശ്രീ.

യാഥാസ്ഥിതിക സിനിമകളിലെ സ്ത്രീവിമോചന സങ്കല്പ ത്തിൽനിന്ന് വ്യത്യസ്തമായി ഒടുവിൽ സിനിമയുടെ നിയോഗം പോലെ 'സ്വതന്ത്ര'യാവുകയല്ല, അവൾ. എപ്പോഴും സ്വതന്ത്ര യാണ്. അവളുടെ സമരജീവിതം അവളെ അസ്വതന്ത്രയാക്കാ നുള്ള പാട്രിയാർക്കിയുടെയും, മുതലാളിത്തത്തിന്റെ, ഹിന്ദുത്വ ത്തിന്റെ, ഭരണകൂടത്തിന്റെ സമ്മർദ്ദങ്ങൾക്കെതിരെ നിരന്തരം രക്തസാക്ഷിത്വം കൈവരിച്ചുകൊണ്ടുള്ളതാണ്. സൂക്ഷ്മത യാർന്ന ഈ പാത്രസൃഷ്ടിയാണ് ജയൻ ചെറിയാന്റെ വിമോചന സങ്കല്പത്തെ പഴയ വീഞ്ഞ് പുതിയ കുപ്പിയിലാക്കുന്ന സംവി ധായകരിൽനിന്ന് വ്യത്യസ്തനാക്കുന്നത്. ഇതാണ് പുതിയ സ്ത്രീ എന്ന് പറയുന്നതിൽനിന്ന് ജാതിയല്ലാതെ മറ്റെന്താണ് നിങ്ങളെ വിലക്കുന്നത്?

പാർട്ടിയിൽനിന്ന് ജാതിവിവേചനം ഏറ്റുവാങ്ങേണ്ടിവന്ന കരിയൻ. പൊതുസമൂഹത്തിൽനിന്നും നിയമപാലകരിൽനിന്നും ജാതിനിന്ദയ്ക്ക് വിധേയനാകുന്ന ശങ്കരൻ, തൊഴിൽ സ്ഥലത്ത് സവർണ്ണരായ സഹപ്രവർത്തകരുടെ ലൈംഗികപീഡനവും ജാത്യാധിക്ഷേപങ്ങളും സഹിക്കേണ്ടിവന്ന മഞ്ജുശ്രീ എന്നിവ രുടെ പ്രതികരണങ്ങൾ ഒരേ ദിശയിലുള്ളതായിരുന്നു. സ്ഥൂലാം ശത്തിലും സൂക്ഷ്മാംശത്തിലുമെന്നതാണ് ഈ സിനിമയുടെ കേന്ദ്രപ്രമേയം എന്ന് കാണാൻ കഴിയും. സ്ഥൂലതലത്തിൽ അവ രെല്ലാം അംബേദ്കറിസത്തിലേക്കു തിരിയുന്നു എന്നു പറയാം. എന്നാൽ, അത് കേരളത്തിലെ പുതിയ ദളിത് രാഷ്ട്രീയത്തിന്റെ ഒരു മുഖം, വിശേഷിച്ച് അതിന്റെ രാഷ്ട്രീയവും പ്രത്യയശാസ്ത്ര പരവുമായ മുഖം മാത്രമേ ആവുന്നുള്ളൂ എന്ന് ജയൻ ചെറി യാൻ തിരിച്ചറിയുന്നുണ്ട്. ഭൂസമരനേതാവ് കരിയൻ നിരന്തരം അംബേദ്കറുടെ വാക്കുകൾ ഉദ്ധരിക്കുന്നുണ്ട്. ദളിത് രാഷ്ട്രീയം അതിന്റെ പ്രത്യയശാസ്ത്രപാരമ്പര്യം തിരിച്ചറിഞ്ഞു കഴിഞ്ഞു എന്നതിന്റെ തെളിവാണിത്. എന്നാൽ അംബേദ്കർ ചിന്തകളെ പുതിയ കാലത്തിന്റെ രാഷ്ട്രീയമായ വെല്ലുവിളികൾ നേരിടുന്ന തിനായി വികസിപ്പിക്കുക എന്നത് മാത്രമാണോ പുതിയ ദളിത് സ്വത്വരാഷ്ട്രീയ നിർമിതിയുടെ അടിസ്ഥാനഘടകം. അതിന പ്പുറത്തേക്ക് ബൗദ്ധദർശനത്തെ, അംബേദ്കർ ഇന്ത്യൻ രാഷ്ട്രീയത്തിലേക്ക് കൊണ്ടുവന്നതിന്റെ മതപരവും ദാർശനി കവുമായ അർഥതലങ്ങൾ മനസ്സിലാക്കുകയും ഉൾക്കൊള്ളു കയും ചെയ്യുന്ന ശക്തമായ ഒരു ധാര ഇന്നത്തെ ദളിത് രാഷ്ട്രീയ ത്തിലുണ്ടെന്ന വസ്തുതയാണ് ജയൻ ചെറിയാൻ തിരിച്ചറി ഞ്ഞത്. അതുകൊണ്ടുതന്നെയാണ് ഈ സിനിമയുടെ തുടക്കം മുതൽ കഥാഗതിയുടെ എല്ലാ സന്ദിഗ്ധഘട്ടങ്ങളിലും ശ്രീബുദ്ധൻ കടന്നുവരുന്നത്. ഇതാവട്ടെ കേവലം ഒരു പ്രതീകമായോ

ബിംബകല്പനയായോ അല്ല, മറിച്ച് ദളിത് സ്വത്വനിർമിതിയുടെ സ്വതന്ത്രവും മതാത്മകവുമായ വംശം കേവലം ജാതിനിഷേധത്തിന്റേയോ ജാതിവ്യവസ്ഥയ്ക്കുള്ളിലെ സമത്വവാദത്തിന്റേയോ അല്ല, പുതിയ മതരാഷ്ട്രീയത്തിന്റേതാണ് എന്ന ധീരമായ പ്രഖ്യാപനമായാണ് സവർണരാഷ്ട്രീയത്തെ എതിർക്കുന്നതിനുള്ള ഏറ്റവും നിർമ്മാണാത്മകമായ സമീപനം അതിന്റെ ആത്മവാദത്തെ ബുദ്ധമതത്തിന്റെ അനാത്മവാദംകൊണ്ട് പ്രതിരോധിക്കുക എന്ന മത/ദാർശനിക നിലപാടാണെന്ന തിരിച്ചറിവ് ദളിത് വിഭാഗങ്ങളിൽ വ്യാപകമാവുന്നു എന്ന സൂചനയാണ് സിനിമ നൽകാൻ ശ്രമിക്കുന്നത്.

ജാക്കിന്റെ ഗവേഷണത്തിനുവേണ്ടി ചിത്രശലഭങ്ങളെ ശേഖരിക്കുന്ന ശങ്കരന് പശ്ചിമഘട്ടത്തിൽ മാത്രം കാണുന്ന Malabar Banded Peacock എന്ന 'ബുദ്ധശലഭ'ത്തെ (Papilio Budha) ലഭിക്കുന്നതും അതിൽ ഇരുവർക്കുമുണ്ടായ ആഹ്ലാദം അവർ തമ്മിലുള്ള ക്വീർ (Queer) സൗഹൃദത്തിന്റെ സൂചനയിലൂടെ ദൃശ്യവത്കരിച്ചുമാണ് സിനിമ ആരംഭിക്കുന്നത്. ബുദ്ധശലഭത്തെക്കുറിച്ചുള്ള ഈ പരാമർശം തുടർന്നുള്ള കഥാഗതിയിൽ ബുദ്ധ സങ്കല്പത്തിനുള്ള പ്രാധാന്യം വ്യക്തമാക്കുന്നത് ജാക്കിനും ശങ്കരനും അത് നല്കുന്ന നിർവ്യാജമായ ആനന്ദത്തിലൂടെയാണ്.

പീഡനത്തിന്റേയും സഹനത്തിന്റേയും പ്രതിരോധത്തിന്റേയും നിരവധി സന്ദർഭങ്ങളിൽ സിനിമയിൽ ബുദ്ധൻ കടന്നുവരുന്നുണ്ട്. മഞ്ജുശ്രീയെ കൂട്ടംചേർന്ന് ബലാത്ക്കാരം ചെയ്യാൻ എത്തുന്ന തൊഴിലാളികളുടെ വാഹനങ്ങൾക്കു മുന്നിൽ പതിച്ചിരിക്കുന്നതായി നാം മാറി മാറി കാണുന്നത് ഗാന്ധിയുടേയും ഭഗത്സിങ്ങിന്റേയും ചെഗുവേരയുടേയും പരമശിവന്റേയും ചിത്രങ്ങളാണെങ്കിൽ അവരിൽ ഒരാൾ ഒടുവിൽ അവളുടെ ഓട്ടോറിക്ഷ കത്തിക്കുമ്പോൾ നാം കാണുന്നത് വാഹനത്തിനുള്ളിൽ അതിന്റെ ഹൃദയത്തിലെന്നപോലെ നിന്നു കത്തുന്ന ബുദ്ധചിത്രമാണ്. നിസ്സഹായയായ ഒരു സ്ത്രീയെ വിജനസ്ഥലത്ത് ചതിയിൽ അകപ്പെടുത്തി വളഞ്ഞുപിടിക്കാനെത്തുന്ന വാഹനങ്ങളിൽ പതിച്ചിട്ടുള്ള ഈ ചിത്രങ്ങൾ നമ്മുടെ കാഴ്ചയിലേക്ക് കൊണ്ടുവരുന്നത് പൊതുവിൽ പ്രതിനിധാനം ചെയ്യുന്നു എന്ന് ദളിത് രാഷ്ട്രീയം വിശ്വസിക്കുന്ന ഭൂരിപക്ഷ മതേതര ബോധത്തിന്റെ ദളിത് വിരുദ്ധതയാണ്. ഈ വ്യത്യസ്ത ദേശീയതാധാരകൾ ഒന്നിച്ചുചേരുന്നതാണ് ഇന്ത്യാരാഷ്ട്രമെന്ന ഹിന്ദുമത സ്ഥാപനം. ഇടതുപക്ഷവും വലതുപക്ഷവും കൂടിച്ചേർന്ന് നിർമ്മിക്കുന്ന ഈ രാഷ്ട്രസങ്കല്പത്തിന്റെ ഹിംസാത്മകസ്വത്വമാണ്

സമാധാനത്തിന്റെ ദളിത് ബുദ്ധനെ ചുട്ടെരിക്കുന്നത് എന്ന് സിനിമ കണ്ടെത്തുന്നു. ഗാന്ധിയും ഹിന്ദുത്വവും വിപ്ലവവും ദേശാഭിമാനവും എല്ലാം പങ്കുവെയ്ക്കുന്ന ഒരു ബൃഹദാഖ്യാനത്തിന്റെ അധീശത്വസമീപനമാണ് ഇവിടെ വിമർശിക്കപ്പെടുന്നത്. അതുപോലെ സിനിമയുടെ അന്ത്യരംഗങ്ങളിൽ മേപ്പാടിയിലെ സമരഭൂമിയിൽ ദളിത് റൈറ്റ്സ് ഫെഡറേഷന്റെ പ്രവർത്തകർ ശങ്കരനും മഞ്ജുശ്രീക്കുമൊപ്പം സ്ഥാപിക്കുന്നത് ബുദ്ധപ്രതിമയാണ്. അവിടെ വെച്ച് അവർ തങ്ങൾ ആരുടെയും ഹരിജനങ്ങളല്ലെന്നും ഹിന്ദുമതത്തിന്റെ ഭാഗമായി തുടരുകയില്ലെന്നും പ്രഖ്യാപിക്കുകയും പ്രതിജ്ഞയെടുക്കുകയും ചെയ്യുന്നു. ഭാരതീയമായ സ്വന്തം മത പാരമ്പര്യം അവർ തിരിച്ചറിയുകയും അതിന്റെ ദാർശനിക നൈതികവ്യവസ്ഥയിലേക്ക് ഒന്നിച്ചുചേരുകയും ചെയ്യുന്നു. ആത്മനിഷേധമല്ല, ആത്മസത്തയിലുള്ള, ആത്മവിവേചനത്തിലുള്ള വിശ്വാസവും സ്വത്വപ്രകാശനത്തിനുള്ള അഭിനിവേശവും അവരുടെ സാമൂഹികാസ്തിത്വത്തെ പുനർനിർവചിക്കുന്നതായി സിനിമ പ്രഖ്യാപിക്കുകയാണ്.

ഒപ്പം തന്നെ ബുദ്ധമതമെന്നാൽ, ഇന്ന് ദളിതർക്കെന്താണ് എന്ന് വ്യക്തമാക്കുന്ന ദൃശ്യസന്ദർഭങ്ങൾ ഇതിനു സമാന്തരമായി പ്രകൃതിസ്നേഹിയും മുൻ കമ്മ്യൂണിസ്റ്റും ദളിത് സമരനേതാവുമായ കരിയന്റെ ജീവിതത്തിലെ രാഷ്ട്രീയ സമീപനത്തിൽ വരുന്ന മാറ്റങ്ങളുമായി ബന്ധപ്പെടുത്തി ജയൻ ചെറിയാൻ അവതരിപ്പിക്കുന്നുണ്ട്. സിനിമയുടെ തുടക്കത്തിൽ ശങ്കരന്റെ വീട്ടിലെത്തുന്ന ജാക്ക് ചുവരിൽ വെച്ചിട്ടുള്ള ഇ.എം.എസിന്റെ ചിത്രം നോക്കി ഇതാരാണെന്നു ചോദിക്കുന്നുണ്ട്. ഇങ്ങനെ പുരോഗമിക്കുന്നു.

ശങ്കരൻ

Oh! that is my oldman's God.

(കരിയനോട് തിരിഞ്ഞ്)

അച്ഛാ, ഇ.എം.എസ്. ആരാണെന്നാണ് സായിപ്പ് ചോയിക്കണ്. ഞാൻ പറഞ്ഞു ഇ.എം. എസ്. അച്ഛന്റെ ദൈവാണ്ന്ന്.

കരിയൻ

ഒരു കാലത്ത് എന്റെ ദൈവം തന്ന്യാർന്നു. പിന്നെ മണ്ണിന്റെ പ്രശ്നം വന്നപ്പോൾ അയാൾ നമ്പൂരിയും നമ്മൾ പണ്ടത്തെ പുലയനുമായി.

ശങ്കരൻ

പിന്നെയന്തിനാ അവിടെ തൂക്കിയിട്ടേക്കണ്?

കരിയൻ

ഒരിക്കൽ ദൈവമായി കഴിഞ്ഞാൽ അങ്ങനെയാണ്. ചുവരിന്റെ മേലെ അവിടെ തൂങ്ങിക്കിടക്കും

(കരിയൻ എഴുന്നേറ്റു പോകുന്നു)

ജാക്ക്

Sankaracharya?

ശങ്കരൻ

No, No. He was an upper caste communist party leader. My father was a devotee of this Sankara and he named me after him. Now, I am living as an untouchable with a Brahmin name.

ഈ രംഗത്തിലെ ചർച്ച അവിടെ അവസാനിക്കുകയാണെങ്കിലും സിനിമ ഉയർത്തിപ്പിടിക്കുന്ന ദാർശനിക രാഷ്ട്രീയ പ്രശ്നങ്ങളുടെ അടിസ്ഥാനമാവുന്ന സംഭാഷണ ശകലമാണിത്. കൂട്ടത്തിൽ പറയട്ടെ, എം.ജെ. രാധാകൃഷ്ണന്റെ സിനിമാട്ടോഗ്രാഫിയും സരിത, സി.പി. ശ്രീകുമാർ, കല്ലേൻ പൊക്കുടൻ, പ്രകാശ് ബാരെ, തമ്പി ആന്റണി എന്നിവർ സ്വന്തം വേഷങ്ങൾ കൈകാര്യം ചെയ്യുന്നതിൽ കാട്ടിയ അസുലഭമായ അഭിനയമികവും പോലെ എടുത്തുപറയേണ്ടതാണ് പി. സുരേന്ദ്രന്റെ ഈ സിനിമയിലെ സംഭാഷണ രചനയും. ഇതിൽ പോലീസുകാരും അക്രമികളുമൊക്കെ പറയുന്ന അശ്ലീലപദങ്ങൾ നീക്കിക്കളയണമെന്ന് ശഠിക്കുന്ന സെൻസർ ബോർഡിന്റെ കുലീനയുക്തി കുത്സിതവും ചിന്താശൂന്യവുമാണെന്ന് പറയാതെ വയ്യ.

ഇങ്ങനെ ഇ.എം.എസ്സിന്റെ ഫോട്ടോ ചുവരിൽ തുടരുന്നതിനെ ഒഴുക്കനായി നീതിമത്കരിച്ച് എഴുന്നേറ്റുപോകുന്ന കരിയൻ പക്ഷേ, ഒടുവിൽ ഭൂസമരം കത്തിപ്പടരുമ്പോൾ നിശ്ശബ്ദനായി കുറച്ചുനേരം ആ ചിത്രം നോക്കിനിന്നശേഷം അതെടുത്തുമാറ്റി പകരം അവിടെ ശ്രീബുദ്ധന്റെ ചിത്രം തൂക്കുകയാണ്. ഇത് കേവലം ഒരു വൈകാരികപ്രശ്നമല്ല. സ്വന്തം വംശത്തോട് ഇ.എം.എസ്. എന്ന തന്റെ മുൻദൈവം കാണിച്ചു എന്ന് കരിയൻ വിശ്വസിക്കുന്ന വഞ്ചനയുടെ മറുപടിയുമല്ല എടുത്തുമാറ്റുന്നത്.

ഒരു സാംസ്കാരിക പ്രതീകത്തെയാണ് സിനിമയുടെ തുടക്കത്തിൽ കരിയൻ, ജാക്ക്, ശങ്കരൻ എന്നിവരുടെ സംഭാഷണത്തിലൂടെ ഉരുത്തിരിയുന്ന ഒരു Subtext ആണ് ശങ്കരാചാര്യരെയും ഇ.എം.എസ്സിനെയും തമ്മിൽ ബന്ധിപ്പിക്കുന്നത്. ഇ.എം.എസ്. ശങ്കരനെയും ശങ്കരന്റെ തത്ത്വചിന്തയെയും ആരാധിച്ചിരുന്ന വ്യക്തിയായിരുന്നുവെന്ന് ഇടതുപക്ഷത്തുനിന്നുതന്നെ ആരോപണമുയർന്നിരുന്നു. 1989ൽ സോഷ്യൽ സയന്റിസ്റ്റ് എന്ന സി.പി.എം. അനുഭാവികളുടെ പ്രസിദ്ധീകരണത്തിൽ ഇ.എം.എസ്. 'Adisankara and his philosophy : A Marxist View' എന്നൊരു ലേഖനം എഴുതിയിരുന്നു. ഇതിൽ ഇ.എം.എസ്. സ്വീകരിച്ച നിലപാടുകൾ പരക്കെ വിമർശിക്കപ്പെട്ടെങ്കിലും ഏറ്റവും സമഗ്രമായ വിമർശനവുമായി മുന്നോട്ടുവന്നത് അന്ന് സി.ഐ.ടി.യുവിന്റെ സെക്രട്ടറിയും ഇപ്പോൾ വൈസ് പ്രസിഡന്റുമായ കാനെ ബാനർജിയായിരുന്നു.

പ്രത്യയശാസ്ത്രപരമായ ചില വിമർശനങ്ങൾ ഉണ്ട് എന്നത് ഇ.എം.എസ്സിന്റെ ലേഖനത്തിന്റെ മെച്ചമാണെങ്കിലും അതിലെ പൊതു നിലപാടുകൾ അറുപിന്തിരിപ്പനും ഹിന്ദുത്വശക്തികളെ മാത്രം പ്രീണിപ്പിക്കുന്നവയാണെന്നും സോഷ്യൽ സയന്റിസ്റ്റിൽ തന്നെ സി.ഐ.ടി.യു. നേതാവ് തുറന്നടിച്ചു. പ്രസ്തുത ലേഖനത്തിൽ ഇ.എം.എസ്സിന് സംഭവിച്ചിട്ടുള്ള സൈദ്ധാന്തിക - ദാർശനിക - പ്രത്യയശാസ്ത്ര വീഴ്ചകൾ ഫലത്തിൽ ഹിന്ദുത്വവാദത്തെ സഹായിക്കുന്നുവെന്ന് ബാനർജി വിലയിരുത്തുന്നു. ('Adi Sankara - A Critique of E.M.S. Namboodiripad's Views Social Scientist Vol. 18 Number 6-7-1990) ഇ.എം.എസ്. ആദിശങ്കരനെ മഹത്വവത്കരിക്കുന്നതിന്റെ പിന്നിലെ രാഷ്ട്രീയ പാപ്പരത്തം സി.ഐ.ടി.യു. നേതാവ് വെളിവാക്കുന്നുണ്ട്. ശങ്കരൻ ഇന്ത്യയുടെ 'Illustration Son' ആണെന്നുള്ള ഇ.എം.എസ്സിന്റെ വാദത്തിന്റെ അടിസ്ഥാനമെന്താണ് എന്ന് സി.ഐ.ടി.യു. നേതാവ് അമ്പരക്കുന്നുണ്ട്. ഈ വാദം ശക്തിപ്പെടുത്തുന്നതിനുവേണ്ടി ഇ.എം.എസ്. കെട്ടിപ്പൊക്കിയ വിതണ്ഡവാദത്തെ കാനെ ബാനർജി നിശിതമായാണ് വിമർശിക്കുന്നത്. ഹെഗേലിയൻ ആശയവാദംപോലെ മഹത്തരമാണ് ശങ്കരന്റെ ചിന്തയെന്ന ഇ.എം.എസ്സിന്റെ സ്ഥിരം വാദത്തെ ആ നിലപാടിൽ അടങ്ങിയിരിക്കുന്ന പ്രത്യയശാസ്ത്രപരമായ ധാരണയില്ലായ്മയിൽ ഊന്നിക്കൊണ്ടാണ് അന്ന് സി.ഐ.ടി.യു. നേതാവ് വെട്ടിനിരത്തിയത്. ഈ സംവാദത്തിൽ ഇ.എം.എസ്. തുടർന്ന് പങ്കെടുക്കുന്നതായി കാണുന്നില്ല.

ശങ്കരനെയും ശങ്കരന്റെ തത്ത്വചിന്തയെയും ലോകചരിത്രത്തിൽ ആശയവാദം വഹിച്ചിട്ടുള്ള പങ്കിനെ ഉയർത്തിക്കാട്ടി ഉത്കൃഷ്ഠമാണെന്ന് സമർഥിക്കുന്നത് ഇടതുപക്ഷത്തുതന്നെ

വിമർശനങ്ങൾ ഉയർത്തി എങ്കിൽ, കേരളത്തിലെ ദളിത് സമൂഹം ഈ നിലപാടിനെ എങ്ങനെ വീക്ഷിക്കും എന്ന് എടുത്തുപറയേണ്ടതില്ലല്ലോ? എന്നുമാത്രമല്ല, ഈ ചർച്ചയിൽ പ്രസക്തമായ ഒരു കാര്യം കൂടി തന്റെ വിമർശന ലേഖനത്തിൽ സി.ഐ.ടി.യു നേതാവ് ചൂണ്ടിക്കാണിക്കുന്നുണ്ട്. ഇങ്ങനെ ഉയർത്തിക്കാട്ടാൻ മൗലികമായി യാതൊന്നും ശങ്കരദർശനത്തിൽ ഇല്ലെന്നും മഹായാനബുദ്ധിസത്തിന്റെ ദാർശനിക മുന്നേറ്റങ്ങൾ കടംകൊള്ളുക മാത്രമാണ് ശങ്കരൻ ചെയ്തതെന്നുമുള്ള ദേവീപ്രസാദ് മഹോപാധ്യായയുടെ ഭൗതികവാദവീക്ഷണം ഉദ്ധരിച്ചാണ് കാനെ ബാനർജി ഇ.എം.എസ്സിനെ രൂക്ഷമായി വിമർശിക്കുന്നത്.

ഈ ലേഖനത്തിൽ മാത്രമല്ല, പൊതുസമൂഹത്തിലെ തന്റെ നിരവധി നിലപാടുകളിലൂടെ ദളിത് നേതൃത്വത്തിനിടയിലും ബഹുജനങ്ങൾക്കിടയിൽ ഇ.എം.എസ്സിന് ലഭിച്ചിട്ടുള്ള 'ബ്രാഹ്മണ്യം' യൗവനത്തിൽ അദ്ദേഹം ഉപേക്ഷിച്ചതായി പറയുന്ന ബ്രാഹ്മണ്യത്തേക്കാൾ ശക്തമായിട്ടുണ്ടെന്നു പറയാതിരിക്കാനാവില്ല. പപ്പിലിയോ ബുദ്ധയിൽ ദളിത് സമരനേതാവ് കരിയൻ ഇ.എം.എസ്സിന്റെ ചിത്രം എടുത്തുമാറ്റി പകരം ശ്രീബുദ്ധന്റെ ചിത്രം തൂക്കുന്നത്. ഇ.എം.എസ്. ജന്മംകൊണ്ട് ബ്രാഹ്മണനായതുകൊണ്ടല്ല, മറിച്ച് സ്വന്തം രാഷ്ട്രീയത്തിലൂടെ ദളിത് വിഭാഗങ്ങൾക്ക് ബോധ്യപ്പെട്ട അദ്ദേഹത്തിന്റെ മൃദുഹിന്ദുത്വ ബ്രാഹ്മണ്യ പ്രത്യയശാസ്ത്രത്തിന്റെ പേരിലാണ്. മണ്ണിന്റെ പ്രശ്നം വന്നപ്പോൾ ഇ.എം.എസ്. നമ്പൂതിരിയും, ഞാൻ പണ്ടത്തെ പുലയനുമായെന്ന കരിയന്റെ പ്രതികരണം അതിലേക്കാണ് വിരൽ ചൂണ്ടുന്നത്. ഇത്തരത്തിൽ തീക്ഷ്ണമായ ഒരു മതസംഘർഷത്തിന്റെ തലം ഇന്നത്തെ ദളിത് പ്രതിരോധത്തിന്റെ രാഷ്ട്രീയത്തിൽ അടങ്ങിയിട്ടുണ്ടെന്ന് ഈ സിനിമ ശക്തമായി ഓർമ്മിപ്പിക്കുന്നു.

ഗാന്ധി-അംബേദ്കർ രാഷ്ട്രീയം ഇതിനേക്കാളധികം ചർച്ച ചെയ്യപ്പെട്ടിട്ടുള്ളതാണ്. ഈ ചിത്രത്തിൽ സെൻസർ ബോർഡിനെ പ്രകോപിപ്പിച്ച ഒരു ദൃശ്യം സർക്കാരിനുവേണ്ടി സമരത്തെ തകർക്കാൻ കൂലി സത്യാഗ്രഹം ചെയ്യാൻ ദളിത് സമരഭൂമിയിലേക്ക് വരുന്ന ഗാന്ധിയനായ രാംദാസിന്റെ (തമ്പി ആന്റണി) മുന്നിൽ ദളിത് റൈറ്റ്സ് പ്രവർത്തകർ ഗാന്ധിയുടെ കോലത്തിൽ ചെരുപ്പുമാല അണിയിച്ച് അത് കത്തിക്കുന്നതാണ്. 'നിന്ദ്യവും വൃത്തികെട്ടതുമായ ഒരു സമ്മർദ്ദതന്ത്രമാണ് ഈ സത്യാഗ്രഹം' എന്ന് അതിനുമുമ്പ് ശങ്കരൻ വിലയിരുത്തുന്നുണ്ട്. ഹരിജനങ്ങൾ എന്ന പദം ഇന്ന് വെറുക്കപ്പെടുന്നതാണ്. സമരഭൂമിയിലെ ബാനറുകൾ ഉറക്കെ വിളിച്ചുപറയുന്നത് 'ഞങ്ങൾ ഹരിജനങ്ങളല്ല' അമേരിക്കയിലെ ആദിമജനതയുടെ സമരങ്ങളെപ്രതി

കണ്ണുനീരൊഴുക്കുകയും പ്രതികരിക്കുകയും ചെയ്യുന്നവർക്ക് സ്വന്തം രാജ്യത്തിലെ ആദിമജനതയുടെ സമരത്തേയും അതിന്റെ രാഷ്ട്രീയത്തേയും ബൗദ്ധ പാരമ്പര്യത്തേയും തിരിച്ചറിയാൻ കഴിയുന്നില്ല എന്ന ശക്തമായ നിരീക്ഷണമാണ് ഈ സിനിമ മുന്നോട്ടുവെയ്ക്കുന്നത്. എന്നാൽ ബുദ്ധ പാരമ്പര്യത്തിലധി ഷ്ഠിതമായ ഒരു സ്വത്വരാഷ്ട്രീയമാണ് ദളിത് രാഷ്ട്രീയത്തിന്റെ സ്വീകാര്യമായ ഏക മാതൃക എന്നല്ല സിനിമ സ്ഥാപിക്കാൻ ശ്രമിക്കുന്നത്. ദളിത് രാഷ്ട്രീയം സ്വന്തം ബുദ്ധ ദാർശനിക പശ്ചാത്തലം തിരിച്ചറിയുന്നതിന്റെ മുഹൂർത്തത്തെ കലാപരമായി ആവിഷ്കരിക്കുക എന്ന അതിർവരമ്പിൽനിന്ന് ഈ സിനിമ വ്യതിചലിക്കുന്നില്ല. സ്വത്വമെന്നത് എക്കാലത്തേക്കും നിർമ്മിച്ച് സൂക്ഷിച്ചിട്ടുള്ള അടഞ്ഞചട്ടക്കൂടല്ല. എന്നാൽ, സ്വത്വത്തിന്റെ സവിശേഷതകളെ, അത് മാറുന്ന ചരിത്രകാലങ്ങളിൽ നേടുന്ന രാഷ്ട്രീയമായ ചലനാത്മകതയെ, അവഗണിക്കാൻ കഴിയുന്ന തല്ല എന്ന വസ്തുതയിലേക്ക് തീർച്ചയായും ജയൻ ചെറിയാൻ വിരൽ ചൂണ്ടുന്നുണ്ട്.

ഇന്ത്യൻ മുഖ്യധാര സിനിമയിലെ ദളിത് ജീവിതചിത്രീ കരണങ്ങൾ പ്രതിനിധാനത്തിന്റെ പ്രതിലോമതകൊണ്ടാണ് ശ്രദ്ധേയമാകുന്നതെങ്കിൽ സമാന്തര അവാന്ദ്ഗാർദെ സിനിമ പല പ്പോഴും ജാതിയുടെ പ്രശ്നത്തെ അവഗണിക്കുന്നതായാണ് കാണുന്നത്. ജാതി ചിത്രീകരിക്കപ്പെടുമ്പോഴാകട്ടെ, അവ ആധുനി കതയുടെ ഒരു പദ്ധതിയായിട്ടാണ് പലപ്പോഴും അവതരിപ്പി ക്കപ്പെടുന്നത്. സത്യജിത് റായിയുടെ 'സദ്ഗതി'യിൽ (1981) കാണുന്ന ശുഭാപ്തിവിശ്വാസപൂർണ്ണമായ സമീപനം പോലും ജാതി യാഥാർത്ഥ്യത്തിന്റെ സത്യാവസ്ഥകളെ അവതരിപ്പിക്കു ന്നതിൽ വിജയിക്കുന്നുണ്ടോ എന്ന് സംശയമാണ്. ശ്യാം ബെനഗലിന്റെ 'അങ്കൂർ' (1974) ജാതിപീഡനത്തിന്റെ അവസ്ഥ കൾ അവതരിപ്പിക്കുന്നുണ്ടെങ്കിലും, ബധിരനും മൂകനും മദ്യാ സക്തനുമായ ദളിത നായക കഥാപാത്രത്തിന്റെ പ്രതീകാത്മ കതയ്ക്കപ്പുറം ദളിത് പരിപ്രേക്ഷ്യത്തിന്റെ സജീവതകൊണ്ട് ശ്രദ്ധേയമാകുന്നുണ്ട് സിനിമ എന്നു പറയാൻ കഴിയുന്നില്ല. ഗോവിന്ദ് നിഹലാനിയുടെ 'ആക്രോശ്' (1980) പോലുള്ള സിനിമ കളിൽ ജാതിമർദ്ദനം അതിന്റെ പാരമ്പര്യാർത്ഥത്തിൽ ആവർത്തി ക്കപ്പെടുന്നുണ്ടെങ്കിലും, ദളിത് ഏജൻസിയുടെ രാഷ്ട്രീയത്തെ തിരിച്ചറിയുന്നതിൽ ഇത്തരം സിനിമകൾ വലിയ മുന്നേറ്റങ്ങൾ നടത്തിയിട്ടില്ല എന്നതാണ് വസ്തുത. കേതൻ മേത്തയുടെ 'ഭാവ്നി ഭാവൈ'യിലെ (1980) നാടകീയമായ ജാതീ വിമർശനവും ആധുനികതയുടെ ചട്ടക്കൂടിന്റെ പരിമിതികൾക്കൊണ്ടാണ് രീതി

പരമായ മാറ്റങ്ങൾ സൃഷ്ടിക്കാതിരുന്നത് എന്ന് ഞാൻ കരുതുന്നു. എന്നാൽ ഇതിൽനിന്നൊക്കെ വ്യത്യസ്തമായ ഒരു സമീപനമാണ് ശ്യാം ബെനഗലിന്റെ 'സമർ' (1998) എന്ന ചിത്രത്തിൽ കാണാൻ കഴിയുന്നത്.

ജാതി മർദ്ദനത്തിന്റെ പ്രമേയം ആഴത്തിൽ ചർച്ച ചെയ്യപ്പെടുന്ന ശ്യാം ബെനഗലിന്റെ ചിത്രവുമായി ജയൻ ചെറിയാന്റെ ചിത്രത്തിനുള്ള സാമ്യതകളും വ്യത്യസ്തതകളും ഇന്ത്യൻ സിനിമ ദളിത് രാഷ്ട്രീയത്തോട് സ്വീകരിക്കുന്ന സമീപനത്തിൽ വന്നിരിക്കുന്ന മാറ്റത്തെ പ്രതിനിധാനം ചെയ്യുന്നു. ബെനഗലിന്റെ ചിത്രം സിനിമക്കുള്ളിലെ സിനിമയായിരുന്നു. ഒരു ഗ്രാമത്തിൽ അവിടത്തെ സർപ്പഞ്ച് നടത്തുന്ന അവർണ്ണ മർദ്ദനത്തിന്റെ കഥയും അത് അവതരിപ്പിക്കുന്ന കഥാപാത്രങ്ങളുടെ കഥയും എന്ന നിലയിൽ രണ്ട് സമാന്തര ആഖ്യാനങ്ങൾ മുൻനിറുത്തി രേഖീയ വിരുദ്ധമായ ഒരു രചന സങ്കേതമായിരുന്നു ശ്യാം ബെനഗൽ സ്വീകരിച്ചത്. നാതു എന്ന ദളിതനും ചമക്സിങ്ങ് എന്ന സവർണ്ണ സർപ്പഞ്ചും തമ്മിലുള്ള സംഘർഷങ്ങളുടെ സിനിമ ആ കഥാപാത്രങ്ങളെ അവതരിപ്പിക്കുന്ന നടന്മാരുടെ ജാതിയുമായി കൂടിക്കുഴയുന്നതും, സങ്കീർണ്ണമായ ഒരു കഥാതന്തുവാണ് ബെനഗൽ വികസിപ്പിച്ചത്. ദളിതന്റെ കഥാപാത്രത്തെ അവതരിപ്പിക്കുന്ന കിഷോർ ദളിതനും, ചാമക്സിങ്ങിനെ അവതരിപ്പിക്കുന്ന മുകളി സവർണ്ണനുമാണെന്ന സൂചനയോടെ സിനിമ ജാതി എന്ന സ്ഥാപനത്തിന്റെ സാമൂഹിക ഭൂപടം കേവലം സാമ്പത്തികമല്ലെന്നും ആഴത്തിലുള്ള ഒരു സാംസ്കാരിക വിപര്യത്തിന്റെ അവസാനിക്കാത്ത സൂചകമാണെന്നും വിളിച്ചുപറയുന്നു. സിനിമക്കുള്ളിലെ സിനിമയിൽ സർപ്പഞ്ച് കൊടിയ മർദ്ദകനായി മാറുമ്പോൾ മുരളിയും കിഷോറും തമ്മിലും, കിഷോറും സംവിധായകൻ കാർത്തിക്കും തമ്മിലും ഒക്കെയുള്ള സംഘർഷമായി സിനിമ വളരുകയാണ്. ക്ഷേത്രത്തിൽ പ്രവേശിച്ചതിന് നാതുവിനെ തല്ലിച്ചതച്ച് ദേഹത്ത് മൂത്രമൊഴിക്കുന്ന രംഗം സിനിമയിൽനിന്ന് ഒഴിവാക്കണമെന്ന് കിഷോർ സംവിധായകനോട് ആവശ്യപ്പെടുന്നുണ്ട്. സവർണ്ണനായ മുരളി ഈ രംഗം വേണമെന്ന നിലപാടിനോട് യോജിക്കുകയും ചെയ്യുന്നു. ഒരു തൊഴിൽസമരത്തിന്റെ തീക്ഷ്ണമായ മുഹൂർത്തത്തിലേക്കാണ് ബെനഗലിന്റെ സിനിമ പ്രവേശിക്കുന്നത്. നിലമുഴുന്നതിന് ദിവസക്കൂലി സർക്കാർ നിരക്ക് 20 രൂപ ആണെങ്കിലും, ചമക്സിങ്ങ് ദളിത് തൊഴിലാളികൾക്ക് നൽകുന്നത് 11 രൂപ മാത്രമാണ്. ഇത് കുറഞ്ഞത് 18 രൂപയെങ്കിലുമാക്കണമെന്ന് തൊഴിലാളികൾ ആവശ്യപ്പെടുന്നുണ്ടെങ്കിലും, 14 രൂപയിൽ കൂടുതൽ നൽകാനാവില്ലെന്ന് ചമക്സിങ്ങ് ശഠിക്കുന്നു.

അതിക്രൂരമായാണ് അയാൾ സമരത്തെ നേരിടുന്നത്. അയാൾ അവർക്ക് ഭക്ഷണവും വെള്ളവും സഞ്ചാരസ്വാതന്ത്ര്യവും വിലക്കുകയാണ്. ഗ്രാമത്തിലെ വയറ്റാട്ടിയെ വരെ ദളിതരിൽനിന്ന് വിലക്കിയാണ് അയാൾ സമരത്തെ നേരിടുന്നത്. ഒടുവിൽ, 14 രൂപയ്ക്ക് ജോലിചെയ്യാൻ സമ്മതിച്ചിട്ടും, അയാളുടെ ക്രൂരതകൾ അവസാനിക്കുന്നില്ല. ഒരു ദളിത് പിതാവ് അമ്മയുടെ മുലപ്പാലും കൂടി വറ്റിപ്പോയപ്പോൾ വിശപ്പകറ്റാനാകാതെ മരിച്ചുപോയ സ്വന്തം കുഞ്ഞിനേയും കൈയിലേന്തി ശ്മശാനത്തിലേക്ക് പോകുന്ന ഒരു രംഗമുണ്ട് സിനിമയിൽ. ഇതിന് സമാന്തരമായാണ് മുരളി എന്ന സവർണ്ണനടൻ, ദളിത് സഹപ്രവർത്തകനോട് പുലർത്തുന്ന ജാതിനിന്ദയുടെ കഥ ബെനഗൽ ചേർത്തുവെയ്ക്കുന്നത്. സിനിമയിലെ സിനിമയ്ക്കുള്ളിൽ, നിയമപാലകരും സർക്കാരുമൊന്നും ദളിതരുടെ രക്ഷയ്ക്കെത്തുന്നില്ല. പോലീസ് ഇൻസ്പെക്ടർ കുറ്റം കണ്ടെത്തുന്നത് ദളിതരുടെ ധിക്കാരത്തെയാണ്. മുരളിയും അവഹേളിക്കുന്നത് കിഷോറിന്റെ ദളിത് പശ്ചാത്തലത്തെയാണ്. നാതുവിന്റെ കുടിൽ കത്തിച്ചതിനെത്തുടർന്ന് ഒരു അന്വേഷണ ക്കമ്മീഷൻ വരികയും കുറ്റവാളിയെ അറസ്റ്റ് ചെയ്യാൻ ഉത്തര വിടുകയും ചെയ്യുന്നുണ്ട്, സിനിമയ്ക്കുള്ളിലെ സിനിമയിൽ. എന്നാൽ മുരളിയുടെ ജാതിനിന്ദ, സിനിമയുടെ ചിത്രീകരണം തീർന്നിട്ടും അവസാനിക്കുന്നില്ല എന്ന് ബെനഗൽ സൂചിപ്പിക്കുന്നത്, ജനാധിപത്യ വ്യവസ്ഥയുടെ ആഴങ്ങൾ പ്രേക്ഷകർക്ക് മുന്നിൽ തുറന്നുവെയ്ക്കാനാണ്.

"പപ്പിലിയോ ബുദ്ധ" ബെനഗലിന്റെ സിനിമയുടെ കേന്ദ്ര പ്രമേയമായ ഇന്ത്യയിലെ ദളിത് ജീവിതാവസ്ഥയെ ചിത്രീകരിക്കാൻ സ്വീകരിച്ചിട്ടുള്ള രീതിവിദ്യ തികച്ചും വ്യത്യസ്തമാണ്. എന്നാൽ ബെനഗലിന്റെ സിനിമയുമായി ഈ ചിത്രത്തിന് നിരാകരിക്കാനാകാത്ത ഒരു പാഠാന്തരബന്ധമുണ്ട് (Intertextuality). ഏറ്റവും പെട്ടെന്ന് മനസ്സിലേക്കെത്തുക ദാസനെന്ന ഓട്ടോ ഡ്രൈവർ ലൈംഗികമായി ആക്രമിക്കപ്പെട്ട് ബോധരഹിതയായി കിടക്കുന്ന മഞ്ജുശ്രീയുടെ ദേഹത്ത് മൂത്രമൊഴിക്കുന്നതാണ്.

ഉത്തരേന്ത്യയിൽനിന്ന് കേരളത്തിലേക്കെത്തുമ്പോൾ ജാതി മർദ്ദനത്തിന്റെ ഏറ്റവും ജുഗുപ്സാവഹമായ വൃത്തിഹീനതകൾ ഒരു തർക്കവിഷയം പോലുമല്ലെന്ന് ജയൻ ചെറിയാൻ ഓർമ്മിപ്പിക്കുന്നു. ബെനഗലിന്റെ സിനിമയിൽനിന്ന് ജയൻ ചെറിയാന്റെ സിനിമയെ വ്യത്യസ്തമാക്കുന്നത് ദളിത് ഏജൻസിയെ കുറിച്ചുള്ള കാഴ്ചപ്പാടിൽ ഇന്ത്യൻ സിനിമയിൽ സംഭവിക്കുന്ന വ്യതിയാനമാണ്. ദിവസക്കൂലിക്കുവേണ്ടിയുള്ള പഴയ സമരമല്ല, കൃഷിഭൂമിക്കുവേണ്ടിയുള്ള ജീവൽ സമരം. കൃഷിഭൂമിക്കുവേണ്ടി ദളിതർ സമരം ചെയ്യുമ്പോൾ, വീട് വെയ്ക്കാനുള്ള ഭൂമിയുടെ കണക്ക്

പറഞ്ഞ് കബളിപ്പിക്കാൻ നോക്കുന്ന ആസ്ഥാന മാർക്സിസ്റ്റ് സാമ്പത്തിക ശാസ്ത്രജ്ഞന്മാർ വാഴുന്ന നാടാണ് കേരളം. ഇവിടെ മാറുന്ന സ്വത്വ രാഷ്ട്രീയം, ദളിത് ജീവിതാവബോധത്തിൽ വരുത്തിയ മാറ്റങ്ങളെക്കുറിച്ചും, അത് സൃഷ്ടിക്കുന്ന രൂപത്തിലും ഉള്ളടക്കത്തിലും നൂതനമായ സമര സന്നദ്ധതകളെക്കുറിച്ചും, വ്യത്യസ്തമായ കാഴ്ചപ്പാടാണ് ജയൻ ചെറിയാൻ മുന്നോട്ടുവെയ്ക്കുന്നത്. ജാതിയുടെ പരിപ്രേക്ഷ്യത്തിൽനിന്ന് മത/ദാർശനിക സമീപനത്തിന്റെ കൂടുതൽ വിശാലമായ സ്വത്താരാഷ്ട്രീയത്തിലേക്ക് ദളിത് ഏജൻസിക്ക് സംഭവിക്കുന്ന രൂപാന്തരത്തെ കണ്ടെത്തുന്നു എന്നത് തീർച്ചയായും ശ്രദ്ധിക്കപ്പെടേണ്ടതാണ്. വിലാപങ്ങളുടേയും, കേവലമായ ജാതിവിരുദ്ധതയുടേയും, രാഷ്ട്രീയത്തിലുണ്ടായിരുന്ന വിധേയത്വത്തിന്റെ പാരമ്പര്യത്തിൽനിന്ന് പുതിയ ദാർശനിക ചിന്തയുടേയും മതബോധത്തിന്റേയും സൃഷ്ട്യുന്മുഖ രാഷ്ട്രീയത്തിലേക്ക് ദളിത് സമൂഹം മാറിയതിന്റെ ഒരു ചരിത്രസന്ദർഭമാണ് ഈ സിനിമയിൽ പ്രതിനിധാനം ചെയ്യപ്പെടുന്നത്.

ഈ സിനിമയോട് സെൻസർബോർഡ് കാട്ടിയ അനീതി സെൻസർഷിപ്പ് എന്ന അധികാരപ്രയോഗത്തിന്റെ ദളിത് വിരുദ്ധ സമീപനത്തെയാണ് തുറന്നുകാട്ടുന്നത്. അവർ നിർദ്ദേശിച്ചിട്ടുള്ള മാറ്റങ്ങൾ സ്വീകരിക്കാൻ ഒരു കലാകാരന് കഴിയില്ല. ഗാന്ധിയുടെ കോലത്തിൽ ചെരുപ്പുമാലയിട്ട് കത്തിക്കുന്ന രംഗത്തോട് മാത്രമായിരുന്നില്ല സെൻസർ ബോർഡിന്റെ എതിർപ്പ്. സവർണ്ണരും നിയമപാലകരും ദളിതർക്കെതിരെ ഉപയോഗിക്കുന്ന അസഭ്യങ്ങളൊന്നും സിനിമയിൽ പാടില്ല. അദ്ദേഹത്തിന്റെ രാഷ്ട്രീയത്തിലെ ദളിത് വിരുദ്ധതയെക്കുറിച്ചുള്ള വിമർശനങ്ങൾ പരാമർശിക്കരുത്. ബലാൽക്കാരം ചെയ്യപ്പെടുന്ന ദളിത് യുവതി ഉറക്കെ കരയരുത്. ദളിതരെ പോലീസ് ക്രൂരമായി മർദ്ദിക്കുന്നത് ചിത്രീകരിക്കരുത്. കോളനിയിൽ രാത്രി റെയ്ഡ് നടത്തുന്ന പോലീസുകാരിൽ ഒരാൾ, ഗർഭിണിയായ ദളിത് സ്ത്രീയെ ചവിട്ടുമ്പോൾ, അവൾ ചോരയൊലിപ്പിച്ച് നിലവിളിക്കുന്നത് തെളിച്ചുകാട്ടരുത്. ഇങ്ങനെ പോകുന്നു സെൻസർ ബോർഡിന്റേയും റിവൈസിംഗ് സമിതിയുടേയും നിലപാടുകൾ. ദളിത് ജീവിതത്തിലെ, രാഷ്ട്രീയത്തിലെ, ചരിത്രത്തിലെ, ദുസ്സഹദുര്യോഗങ്ങളുടെ കലാപരമായ പ്രതിനിധാനത്തിന്റെ സത്യസന്ധതകൾ അനുവദിക്കാനാവില്ലെന്ന നിലപാടാണിത്.

ഐ.എഫ്.എഫ്.കെ. ഈ ചിത്രത്തിന് പ്രദർശനാനുമതി നിഷേധിച്ചത് എന്തിനാണ് എന്ന് മനസ്സിലാകുന്നില്ല. അവാർഡുകൾ മുന്നിൽ കണ്ട് നിർമ്മിച്ച ചിത്രമല്ല 'പപ്പിലിയോ ബുദ്ധ'.

കവിയും സംവിധായകനുമാണ് ജയൻ ചെറിയാൻ. അദ്ദേഹത്തിന്റെ മുൻ സിനിമാസംരംഭങ്ങൾ പല രീതിയിൽ അന്താരാഷ്ട്ര തലത്തിൽ ശ്രദ്ധിക്കപ്പെട്ടിട്ടുള്ളവയാണ്. ഈ ചിത്രമാകട്ടെ, ദൃശ്യ വിന്യാസംകൊണ്ടും, ശക്തമായ സംവിധാനശൈലിക്കൊണ്ടും ശ്രദ്ധേയമായ സിനിമയാണ്. ഇതിൽ വിദൂര ദൃശ്യങ്ങളുടെ ദുരന്താത്മകമൗനത്തെ ദാർശനികമായ ഒരു തലത്തിലേക്ക് ഉയർത്തുന്ന കൈവിരുത് സിനിമാ ഫോട്ടോഗ്രഫിയുടേയും സംവിധാനത്തിന്റേയും ഒരു സവിശേഷതയായി ശ്രദ്ധിക്കപ്പെടേണ്ടതാണ്. ചിത്രം അവസാനിപ്പിക്കുന്നതും അത്തരമൊരു വിദൂരദൃശ്യത്തിലാണ്. കുടിയൊഴിപ്പിക്കപ്പെട്ട നൂറുക്കണക്കിന് മനുഷ്യർ നിര നിരയായി തങ്ങളുടെ ജീവിതചുമടുകളുമായി എങ്ങോട്ടെന്നില്ലാതെ കുന്നിൻ മുകളിലൂടെ, കാട്ടുപാതകളിലൂടെ, നാട്ടുവഴികളിലൂടെ, ഹതാശരായി നടന്നുനീങ്ങുന്ന ദൃശ്യമാണത്. അവർക്ക് യാതൊരു തിടുക്കവുമില്ല. നിൽക്കാൻ മണ്ണില്ലാത്തതുകൊണ്ട്, അവർ നടന്നുകൊണ്ടേയിരിക്കുന്നു. ഈ മണ്ണിൽ ജനിച്ച്, ശതാബ്ദങ്ങളായി ഈ മണ്ണിൽ പണിയെടുത്ത്, ഒരിക്കൽപോലും അറിയപ്പെടുന്ന ചരിത്രകാലങ്ങളിലൊന്നും, ഭൂമിക്ക് അവകാശികളായി ജീവിക്കാൻ കഴിയാതെപോയ ഒരു ജനതയുടെ സ്വന്തം ജന്മഭൂമിയിലെ എരിപൊരികൊള്ളുന്ന നിത്യ പ്രയാണത്തിന്റെ, അകന്നകന്നുപോകുന്ന ദൃശ്യങ്ങളിലാണ് സിനിമ അശാന്തമായി അവസാനിക്കുന്നത്. നിരവധി മിനിറ്റുകൾ നീണ്ടുനിൽക്കുന്ന ഈ രംഗം തന്നെയാണ് ഈ സിനിമയുടെ മുഖ്യപ്രമേയം. ഈ പ്രയാണത്തിന്റെ പശ്ചാത്തലത്തിൽ മുഴങ്ങാതെ മുഴങ്ങുന്നത് 'ബുദ്ധം ശരണം ഗച്ഛാമി, ധർമ്മം ശരണം ഗച്ഛാമി, സംഘം ശരണം ഗച്ഛാമി' എന്ന ബൗദ്ധമന്ത്രം തന്നെയാണ്. പീഡനങ്ങളുടെ, സഹനത്തിന്റെ, ആത്മപ്രതിരോധത്തിന്റെ, അടങ്ങാത്ത സങ്കടങ്ങളുടെ, രക്തമൊലിച്ചുതീരാത്ത ഒരു മുറിവായി ചരിത്രത്തിലൂടെ നീങ്ങുന്ന ആദിമജനതയുടെ നിസ്സഹായതകൾ ഏറ്റവും കലാപരമായി വരച്ചുകാട്ടുന്ന ഈ ചിത്രത്തിന് ഐ.എഫ്.എഫ്.കെ. പ്രദർശനാനുമതി നിഷേധിച്ചു എന്നത് സിവിൽ സമൂഹത്തോടുള്ള വെല്ലുവിളിയും നിറഞ്ഞ ഉദ്യോഗസ്ഥ ധാർഷ്ട്യവുമാണ്. ∎

പപ്പിലിയോ ബുദ്ധ

Fade In

Ext. പശ്ചിമഘട്ട മലനിരകൾ - Dusk

പശ്ചിമഘട്ട മലനിരകളിലെ ഒരു സൂര്യോദയം. പ്രഭാത ശബ്ദങ്ങൾ. ഉദിച്ചുയരുന്ന സൂര്യനെ നോക്കിനിൽക്കുന്ന ഒരു യുവാവിന്റെ നിഴൽരൂപം.

പ്രകൃതിസുന്ദരമായ മലഞ്ചെരുവിലൂടെ നടന്നിറങ്ങുന്ന യുവാവ്, ശങ്കരൻ, 25 വയസ്സ്. ടീ ഷർട്ടും ഹാഫ് പാന്റുമാണ് വേഷം. പുറത്ത് ബാക്ക് പാക്ക് തൂങ്ങുന്നു. കയ്യിൽ ചിത്രശലഭങ്ങളെ പിടിക്കുന്ന വലയുണ്ട്.

ആളൊപ്പം വളർന്നുനിൽക്കുന്ന പുൽച്ചെടികൾക്കിടയിലൂടെ കുന്നിറങ്ങുന്ന ശങ്കരൻ പെട്ടെന്നെന്തോ കണ്ട മട്ടിൽ നിൽക്കുന്നു. അവൻ അവിടെ കുത്തിയിരുന്ന് അതെന്താണെന്ന് പരിശോധിക്കുന്നു. അതൊരു വലിയ പക്ഷിയുടെ ജഡമോ മറ്റോ ആണ്. അവനതിനെ കഴുത്തിൽ തൂക്കി യെടുത്തു കൊണ്ടു നടക്കുന്നു. ഇപ്പോൾ അത് നീളൻ പീലികളുള്ള ഒരു മയിലിന്റെ ജഡമാണെന്ന് നമുക്ക് കാണാം.

Ext. പശ്ചിമഘട്ട മലനിരകൾ - Dusk Contd...

കുന്നിൻ മുകളിൽ മയിലിന്റെ ജഡത്തെ കെട്ടിപ്പിടിച്ച് കിടക്കുന്ന ശങ്കരൻ. അടുത്ത് അവന്റെ ബാക്ക്പാക്കും വലയും ഊരിയിട്ട ചെരുപ്പുകളും. മല നിരകളിലെ പക്ഷികളുടെ കരച്ചിൽ.

മയിൽപ്പീലികൾ മുഖത്ത് ചേർത്തുവെച്ച് കണ്ണടച്ചുകിടക്കുന്ന ശങ്കരന്റെ close-up.

ശങ്കരൻ
(voice over)
നിന്റെ പീലികളിൽ മഴത്തുള്ളികൾ പച്ചകുത്തുന്ന ശബ്ദം. മരണം രാകിയെടുത്ത മഴവിൽപ്പാട്ട് ഘനീഭവിച്ച നിന്റെ കണ്ണുകൾ.

മലനിരകളുടെ പശ്ചാത്തലത്തിൽ താഴ്‌വരയിലേക്ക് ഉറ്റുനോക്കുന്ന ശങ്കരന്റെ നിഴൽരൂപം.

അവന്റെ കാഴ്ചപ്പാടിൽ കൊങ്കിണിപ്പൂക്കളിൽ പറന്നിറങ്ങി തേൻ നുകരുന്ന ചിത്രശലഭം.

പപ്പിലിയോ ബുദ്ധ

താഴ്‌വരയിൽ ഇരതേടുന്ന ആൺമയിലും ഒരു പെൺമയിലും.

Ext. താഴ്‌വര - Day

ചിത്രശലഭങ്ങൾ പാറിനടക്കുന്ന താഴ്‌വര. അവിടെ തന്റെ വലയുപയോ ഗിച്ച് ചിത്രശലഭങ്ങളെ പിടിക്കുന്ന ശങ്കരന്റെ ഒരു വിദൂരദൃശ്യം. വലയി ലായ ഒരു ചിത്രശലഭത്തേയുമേന്തി നടന്നുനീങ്ങുന്ന ശങ്കരൻ.

Ext. പശ്ചിമഘട്ട മലനിരകൾ - Day

ഒരു മരത്തിലേക്ക് ചാടിക്കയറുന്ന ഒരു കുരങ്ങൻ. മരത്തിന് താഴെ കുത്തി യിരുന്ന് ദേഹം മിനുക്കുന്ന മറ്റ് ചില കുരങ്ങുകൾ. അവർക്കടുത്തുകൂടി വലയുമായി വരുന്ന ശങ്കരൻ. ശങ്കരനെ കണ്ട് കുരങ്ങുകൾ തൊട്ടടുത്ത ഇല്ലിക്കൂട്ടത്തിലേക്ക് പിൻവാങ്ങുന്നു. അവരോട് കുശലം പറയാൻ എന്ന വണ്ണം ഒരല്‌പം നിന്ന ശങ്കരൻ തന്റെ യാത്ര തുടരുന്നു.

Ext. പശ്ചിമഘട്ട മലനിരകൾ - Day continues

കുന്നിൻചെരുവിലുള്ള മനോഹരമായ ഒരു തടാകത്തിന്റെ അരികിലൂടെ നടന്നുനീങ്ങുന്ന ശങ്കരൻ. അകലെ ഒരു ചെറുവെള്ളച്ചാട്ടത്തിന്റെ ശബ്ദം കേൾക്കാം.

Ext. വെള്ളച്ചാട്ടം - Day

ഇരമ്പുന്ന വെള്ളച്ചാട്ടത്തിന്റെ sound track. വെള്ളച്ചാട്ടത്തിനരികിലേക്ക് നടന്നിറങ്ങുന്ന ശങ്കരൻ. ആരേയോ ചുറ്റും നോക്കുന്നു. പാറപ്പുറത്ത് അഴിച്ചുവച്ച വസ്ത്രങ്ങൾ. ബാക്ക്പാക്ക്, ഒരു ബൈനോക്കുലർ എന്നിവ

കാണാം. വെള്ളച്ചാട്ടത്തിന്റെ ഇരമ്പം sound track-ൽ നിറയുമ്പോൾ വെള്ളച്ചാട്ടത്തിന് താഴെ കുത്തിയിരുന്ന് മുഖം കഴുകുന്ന ജാക്ക്, 40 വയസ്സ്, അണ്ടർവെയർ മാത്രമാണ് വേഷം. (ശങ്കരന്റെ കാഴ്ചപ്പാടിൽ വെള്ളച്ചാട്ടത്തിന് താഴെയിരിക്കുന്ന ജാക്കിന്റെ ഒരു വിദൂരദൃശ്യം.)

ശങ്കരൻ

ജാക്ക്

വെള്ളച്ചാട്ടത്തിന്റെ ഇരമ്പത്തിൽ അവന്റെ ശബ്ദം മുങ്ങിപ്പോകുന്നുവെങ്കിലും ജാക്ക് തലയുയർത്തി നോക്കുന്നു.

വെള്ളച്ചാട്ടത്തിന് മുകളിൽനിന്ന് ഉറക്കെ എന്തോ വിളിച്ചുപറയുന്ന ശങ്കരന്റെ വിദൂരദൃശ്യം (Pov. ജാക്ക്)

ശങ്കരൻ എന്തൊക്കെയോ ആവേശത്തോടെ ജാക്കിനോട് വിളിച്ചു പറയുന്നുണ്ടെങ്കിലും വെള്ളച്ചാട്ടത്തിന്റെ ഇരമ്പത്തിൽ ജാക്കിന് കേൾക്കാൻ കഴിയുന്നില്ല. താൻ മുകളിലേക്കു വരാമെന്ന് ആംഗ്യം കാണിക്കുന്നു.

വെള്ളച്ചാട്ടത്തിനരികിലുള്ള പാറയിലൂടെ മുകളിലേക്കു കയറിവരുന്ന ജാക്കിന്റെ ദൃശ്യം. ഏതാണ്ട് നാല്പത് കഴിഞ്ഞ ആജാനബാഹുവാണ്. അമേരിക്കക്കാരനായ ജാക്ക്. ശങ്കരനടുത്തേക്ക് ആവേശത്തോടെ നടന്നു ചെല്ലുന്ന ജാക്കിന്റെ ദൃശ്യം. ശങ്കരൻ വളരെയധികം ആവേശത്തോടെ താൻ പിടിച്ച ശലഭത്തെ ജാക്കിനെ കാണിക്കുന്നു. തന്റെ കിറ്റിൽനിന്ന് ഒരു ലെൻസ് എടുത്ത് ആ ചിത്രശലഭത്തെ പരിശോധിക്കുന്ന ജാക്ക്. സാധാരണ ശലഭങ്ങളെ ശേഖരിക്കാൻ ഉപയോഗിക്കുന്ന ഒരു ഗ്ലാസ് ജാറി നുള്ളിൽ കിടന്ന് ചിറകടിക്കുന്ന ശലഭത്തിന്റെ ഇനം നിർണ്ണയിക്കുന്നതിനുള്ള പരിശോധനയിലാണ് ജാക്ക്.

ജാക്ക്
You know, it is interesting. It is something like a Paris Peacock

ശങ്കരൻ
No... Look at those dark green bands, it is peculiar to Malabar banded peacock.

ജാക്ക്
(അതിരുകടന്ന സന്തോഷത്തോടെ)
You little bastard... You did it! You caught a fucking Papilo buddha.

Ext. പശ്ചിമഘട്ടം - Day

മനോഹരമായ വെള്ളച്ചാട്ടത്തിനരുകിലുള്ള വള്ളിക്കുടിലിൽ കൈകോർത്തിരിക്കുന്ന ജാക്കും ശങ്കരനും. ആഹ്ലാദഭരിതമായ ഒരു മൂഡിൽ പരസ്പരം ചുംബിക്കുന്ന ജാക്കും ശങ്കരനും. അവർ അർദ്ധനഗ്നരാണ്. അവർക്കിടയിലെ സ്വകാര്യനിമിഷങ്ങൾ; ജാള്യതയും നാണവും കലർന്ന ശങ്കരന്റെ മുഖം. അവരുടെ അടക്കം പറച്ചിലുകൾ. സ്നേഹസല്ലാപങ്ങൾ.

Ext. വയൽ - Day

കണ്ടൽക്കാടുകൾ വളർന്നിറങ്ങിയ വെള്ളക്കെട്ടുള്ള ഒരു ചെറു പ്രദേശത്തിന്റെ വിദൂരദൃശ്യം. അതിൽ പണിയെടുക്കുന്ന കരിയൻ (75 വയസ്സ്). ഒരു തോർത്ത് മുണ്ട് മാത്രമാണ് വേഷം. വയലിലെ ജൈവവൈവിധ്യങ്ങളുടെ ചെറുശബ്ദങ്ങൾ നിറയുന്ന sound track. വെള്ളക്കെട്ടിനരികിൽ ചെളിചവിട്ടി പാകപ്പെടുത്തുന്ന കരിയൻ. ചത്ത മത്സ്യങ്ങൾ പൊങ്ങിയൊഴുകുന്ന വെള്ളക്കെട്ട്. കരിയൻ ഒരു ചത്ത മത്സ്യത്തെയെടുത്ത് മണത്തുനോക്കി ദൂരെ എറിയുന്നു. താൻ പാകപ്പെടുത്തിയ മണ്ണിൽ കണ്ടൽത്തണ്ടുകൾ നടുന്ന കരിയൻ.

Ext. വയൽ - Day continues

പണിയെടുക്കുന്ന കരിയന്റെ അടുത്തേക്ക് പാടവരമ്പിലൂടെ നടന്നുവരുന്ന ശങ്കരനും ജാക്കും. ചെളിനിറഞ്ഞ വരമ്പിലൂടെ നടക്കാൻ വിദേശിയായ ജാക്ക് പണിപ്പെടുന്നുണ്ട്.

       ശങ്കരൻ
  അച്ഛാ...

കരിയൻ തലയുയർത്തി നോക്കുന്നു.

       ശങ്കരൻ
  നിർത്താറായില്ലേ?

കരിയൻ പണി നിർത്തി വെള്ളക്കെട്ടിന് നടുവിലേക്ക് നീങ്ങി. തന്റെ ഉടുത്തിരിക്കുന്ന മുണ്ട് പറിച്ച് പിഴിഞ്ഞ് ദേഹശുദ്ധി വരുത്തുന്നു. കൗതുകത്തോടെ അതു നോക്കിനിൽക്കുന്ന ജാക്കും ശങ്കരനും. കുളി കഴിഞ്ഞ കരിയനെ വരമ്പിലേക്ക് കയറുവാൻ ശങ്കരൻ സഹായിക്കുന്നു. പാടവരമ്പിലൂടെ നടന്നുനീങ്ങുന്ന കരിയനും ശങ്കരനും ജാക്കും.

Ext. തടാകം - Dusk

മലനിരകൾക്കിടയിൽ വെള്ളം കെട്ടിനിൽക്കുന്ന പ്രദേശത്തുകൂടെ ഒരു കടത്തുവള്ളത്തിൽ താഴേക്ക് പോകുന്ന ശങ്കരനും കരിയനും ജാക്കും. ഒരു വിദൂര ദൃശ്യം.

31

Ext. മലമ്പാത - Dusk

ഇരുളുവീണ കാട്ടുപാതയിലൂടെ നീങ്ങുന്ന കരിയനും ശങ്കരനും ജാക്കും. അവർക്ക് തെല്ലുദൂരത്തായി നിർത്തിയിട്ടിരിക്കുന്ന ഒരു പോലീസ് വണ്ടി കണ്ട് അവർ പെട്ടെന്ന് നിൽക്കുന്നു. ഒരു യുവാവിനെ രണ്ട് പോലീസുകാർ പിടിച്ച് വണ്ടിയിലേക്ക് കയറ്റുന്ന അവ്യക്ത ദൃശ്യം.

ശങ്കരൻ

ഇന്നാരേയാ കൊണ്ടുപോയേ?

കരിയൻ

ആരേയും കൊണ്ടുപോവാലോ.

കാട്ടുപാതയിലൂടെ അവരെക്കടന്ന് പാഞ്ഞുപോകുന്ന പോലീസ് ജീപ്പ്.

Ext. ചെങ്കൽ ക്വാറി - Dusk

JCB ഉപയോഗിച്ച് മല തുരന്ന് വിസ്തൃതമാക്കിയ ഒരു ചെങ്കൽ ക്വാറിയിലൂടെ നടന്ന് നീങ്ങുന്ന കരിയനും ശങ്കരനും ജാക്കും. മാറ് പിളർന്ന് കിടക്കുന്ന ഭൂമി തുരന്ന് തുരന്ന് അവസാനിക്കാറായ മൊട്ടക്കുന്നുകൾ.

Int. ശങ്കരന്റെ വീട് - Night

ഇരുട്ടിൽ തീപ്പെട്ടിയുരച്ച് വിളക്ക് കൊളുത്തുന്ന കരിയൻ. വെളിച്ചം പരക്കുമ്പോൾ ശങ്കരന്റെ ഓലമേഞ്ഞ വീടിന്റെ ഉൾഭാഗം വ്യക്തമാകുന്നു. ഒരു വിളക്കിൽനിന്ന് മറ്റൊന്ന് പകർന്ന് കത്തിച്ചുകൊണ്ട് അകത്തേക്ക് പോകുന്ന കരിയൻ. ഓല മറച്ച ശങ്കരന്റെ വീടിന്റെ ഭിത്തിയിൽ

അംബേദ്കറുടേയും അയ്യങ്കാളിയുടേയും ചിത്രം. അതിനടുത്ത് ഇ.എം. എസ്. നമ്പൂതിരിപ്പാടിന്റെ ഒരു ചിത്രം. അതിന്റെ ഫ്രെയിമിന്റെ സൈഡിൽ കുത്തിനിർത്തിയിരിക്കുന്ന ഒരു ചെറിയ കുട്ടിയുടെ പടം.

ശങ്കരൻ
Jack...

ജാക്കും ശങ്കരനും തങ്ങളുടെ ബാക്ക്പാക്കുകൾ ഇറക്കിവെച്ച് പരിശോധിക്കുന്നു. ജാക്ക് ബെഞ്ചിലിരിക്കുന്നു.

Int. ശങ്കരന്റെ വീട് - Night

ഭക്ഷണം കഴിക്കുന്ന കരിയനും ശങ്കരനും ജാക്കും. ചമ്മന്തി കൂട്ടി രുചിയോടെ മരച്ചീനി കഴിക്കുന്ന ശങ്കരൻ. ജാക്ക് അപരിചിതമായ ഈ ഭക്ഷണം സന്ദേഹത്തോടെ കഴിക്കുന്നു. ആകസ്മികമായി ഭിത്തിയിലെ ചിത്രങ്ങളിൽ കണ്ണോടിച്ചുകൊണ്ട് ജാക്ക് ഇ.എം.എസിന്റെ ചിത്രം ചൂണ്ടി.

Jack
Who is that guy with the baby?

Sankaran
Oh! That is my old mans God. And baby is me.
(എന്നിട്ട് ചിരിക്കുന്നു)

ശങ്കരൻ (continues)
അച്ഛാ, ഇ.എം.എസ്. ആരാന്നാ സായിപ്പ് ചോദിക്കുന്നേ. ഞാൻ പറഞ്ഞു അച്ഛന്റെ ദൈവാന്ന്.

കരിയൻ
ഒരു കാലത്ത് എന്റെ ദൈവം തന്നെയായിരുന്നു.
(പിന്നെ മണ്ണിന്റെ കാര്യം വന്നപ്പോ അങ്ങേര് ബ്രാഹ്മണനും നമ്മള് പുലയരുമായി)

ശങ്കരൻ
പിന്നെന്തിനാ ഇതവിടെ തൂക്കിയിട്ടിരിക്കുന്നെ?

കരിയൻ
ഒരിക്കൽ ദൈവായാൽ അങ്ങനെയാണ്. ചുവരിന്റെ മേലെ അങ്ങനെ തൂങ്ങിക്കിടക്കും.

കരിയൻ എഴുന്നേറ്റ് അകത്തേക്ക് പോകുന്നു.

Jack
Is that Sankaracharya?

Sankaran

No, (Smiling). He is E.M.Shankaran. He used to be a communist party leader here. My father was a devotee of this Shankara. And he name me after him.

ശങ്കരൻ continues

Now I am living as an untouchable with a brahmin name.

Jack

Oh! That is interesting

Int. ശങ്കരന്റെ വീട്, അടുക്കള - Night

അടുക്കളയിൽ കുത്തിയിരുന്ന് പാത്രം കഴുകുന്ന ശങ്കരനും കരിയനും. അടുപ്പിൽ തീയെരിയുന്നുണ്ട്

കരിയൻ

എത്രനാളാ നീ സായിപ്പിന്റെ പരീക്കെ ഇങ്ങനെ ചുറ്റിത്തിരിഞ്ഞു നടക്കണെ?

ശങ്കരൻ

സായിപ്പെന്നെ അമേരിക്കയിൽ കൊണ്ടു പോവാന്ന് പറഞ്ഞിട്ടുണ്ട്. അവിടെ പോയി പഠിക്കണം എനിക്ക്.

കരിയൻ

നാടുവിട്ടുപോവുന്ന കാര്യം തീരുമാനിക്കാറായിട്ടില്ല. ഇവിടെ സമരോം കാര്യങ്ങളൊക്കെ നടക്കണ്ണ്ട്. അതിന് പോയിട്ടില്ലെങ്കിൽ നമ്മളെ നാട്ടാര് കളിയാക്കില്ലേ?

ശങ്കരൻ

അച്ഛന് വിവരം ഇല്ലാത്തോണ്ടാണ് ഓരോന്നൊക്കെ ഇങ്ങനെ വിളിച്ചു പറയണെ.

കരിയൻ

എന്നാ നീ വാരിക്കെട്ടി പോടാ.

ദേഷ്യത്തിൽ കയ്യിലിരുന്ന പാത്രം അടുക്കളയിലേക്കെറിഞ്ഞ് ശങ്കരൻ എഴുന്നേറ്റ് ജാക്കിനടുത്തേക്ക് പോകുന്നു.

Int. ശങ്കരന്റെ വീട് - Night continues

കഞ്ചാവ് സിഗരറ്റ് വലിച്ചുകൊണ്ടിരിക്കുന്ന ജാക്ക്. അടുക്കളയിൽനിന്ന് ദേഷ്യത്തിൽ ഇറങ്ങിവരുന്ന ശങ്കരൻ ജാക്കിന്റെ കൈയിൽനിന്നും കഞ്ചാവ് വാങ്ങി ഒരു പുകയെടുക്കുന്നു.

> Jack
> What is the matter? What's wrong?

കഞ്ചാവിന്റെ പുക വലിച്ചൂതിക്കൊണ്ട്

> Sankaran
> It's OK. My old man get crazy sometime.

ശങ്കരൻ കഞ്ചാവ് സിഗരറ്റ് ജാക്കിന് തിരിച്ചുകൊടുക്കുന്നു

> ശങ്കരൻ (continues)
> Come on. Lets go to your place

ശങ്കരൻ തന്റെ ബാക്ക്പാക്കും സാധനങ്ങളും പാക്ക് ചെയ്യുന്നു.

Int. ശങ്കരന്റെ വീട്, അടുക്കള - Night

എരിയുന്ന അടുപ്പിലേക്ക് വിറകുകൾ തള്ളിക്കൊണ്ട് അടുപ്പിനടുത്തി രിക്കുന്ന കരിയൻ. തീ കത്തുന്ന ചെറുശബ്ദങ്ങൾ നിറയുന്ന sound track.

Int. കോളനിയിലെ മറ്റൊരു കുടിൽ - Night

ഒരു മണ്ണെണ്ണ വിളക്കിനുചുറ്റും വട്ടമിട്ടിരിക്കുന്ന യുവാക്കളും യുവതികളും. അവരോടൊപ്പം കരിയനുമുണ്ട്. കോളനിയിലെ ആക്ടിവിസ്റ്റുകൾ ഒത്തു കൂടുന്ന ഒരു സ്ഥലമാണിത്. സുജാത, 40; മഞ്ജുശ്രീ, 23; പ്രതാപൻ, 30; കൂടാതെ മറ്റ് ചില പ്രവർത്തകരും.

> സുജാത
> നാലുദിവസമായി മാധവേട്ടനെ പോലീസ് പിടിച്ചിട്ട്. ഒരു വിവരോം ഇല്ല.

> മഞ്ജുശ്രീ
> നമ്മളെ തീവ്രവാദികൾ എന്നു മുദ്രകുത്തുന്ന നാട്ടാരും.

മഞ്ജുശ്രീ (continues)

പത്രപ്രവർത്തകരും ഈ പ്രശ്നത്തിൽ ഇട പെടാറില്ല.

പ്രതാപൻ

ആയുധമെടുക്കേണ്ട കാലമായി.

കരിയൻ

ആയുധമെടുത്താൽ നമ്മൾ പരാജയപ്പെടും. സമാധാനത്തിൽകൂടി ഡോ. അംബേദ്കർ എഴുതിയ ഭരണഘടന പുറത്തു കൊണ്ടുവരാൻ പറ്റുമെങ്കിൽ നമ്മൾക്ക് അറസ്റ്റ് ചെയ്തു കൊണ്ടോയ ആൾക്കാരേയും, നമുക്ക് കിട്ടാനുള്ള അവകാശം, ആനുകൂല്യമല്ല, നമുക്ക് പിടിച്ചുപറ്റാൻ പറ്റും.

കരിയൻ (continues)

അതിനുവഴി നമുക്കുണ്ടാക്കണം. ഇനി കാത്ത് നിക്കാൻ കഴിയില്ല.

കരിയൻ (continues)

65 കൊല്ലമായി, ഭരണഘടന നിയമപ്രകാരം ഡോ. അംബേദ്കർ യാതൊരു പ്രതിഫലവും...

ഇടയ്ക്കു കയറി പ്രതാപൻ

പ്രതാപൻ

അപ്പൊ നമ്മളെന്താ ചെയ്യാ?

കരിയൻ

സമരം എങ്ങനെ ചെയ്യേണ്ടെന്ന് വച്ചാ, അത് നമ്മള് തീരുമാനിക്കുന്നു.

പ്രതാപൻ

റോട്ടിൽ ടാർപായ കെട്ടി പട്ടിണി കിടക്കണമെന്നല്ലേ കരിയേട്ടൻ പറയണേ?

കരിയൻ

അല്ലല്ല, റോഡിനുമേൽ സമരം ചെയ്തും പന്തല് കെട്ടി സമരം ചെയ്തും ജാഥ വിളിക്കും,

ജാഥക്ക് നീളം കൂട്ടും, അടിവാങ്ങും വാൾ പോസ്റ്റർ ഒട്ടിക്കും. അതെല്ലാമാണ് നമ്മൾ ഇന്നുവരെ എടുത്ത പണി. ഇനി അത് പറ്റില്ല.

രാജൻ
കരിയേട്ടൻ പറയന്നേലും കാര്യംണ്ട്.

പ്രതാപൻ ഇടക്കുകയറി

പ്രതാപൻ
നീയെന്ത് കാര്യമുണ്ടെന്നാ ഈ പറയണെ?

രാജൻ
wait, wait. കരിയേട്ടൻ പറയട്ടെ. കരിയേട്ടനെ പറയാൻ സമ്മതിക്ക്.

കരിയൻ
നമ്മളാരാ, നമ്മൾക്കെന്ത് സ്വാധീനാ ഉള്ളത്. ഏത് പട്ടാളക്കാരനാണ്, ഏത് പോലീസാണ്, മുത്തങ്ങയിലെ സമരം വന്നിട്ട് ഒരു പുലയനാണ് മരിച്ചത്, ഒരു പോലീസുകാരൻ

കരിയൻ (continues)

ആരാണ് നമുക്ക് സഹായം ഉണ്ടാവാ? എല്ലാം അടിച്ചോടിച്ചിട്ട് വെടിവെച്ചിട്ട് കുഴിച്ചിട്ട് പോവും അവർ. പത്രക്കാരനും വരില്ല, രാഷ്ട്രീയക്കാരനും വരില്ല. നമ്മുടെ സമുദായക്കാർ തീരെ വരില്ല, പേടിച്ചിട്ട് (Beat)

കരിയൻ (continues)

ആ രീതീല് കണ്ട ഈച്ചടെ മാതിരി അവരുടെ കയ്യിൽപോയി പെടാതെ വ്യക്തമായിട്ട് നല്ലൊരു തീരുമാനം ഉണ്ടാക്കി അഞ്ചോ പത്തോ ആളുകൾ സമാധാനപരമായി സമരം ചെയ്യാൻ തീരുമാനം എടുക്കുക.

കരിയൻ (continues)

ആ തീരുമാനം നിയമസഭേന്റെ ആ മന്ദിരത്തിലോ മറ്റോ ആയിരിക്കണം. ചത്തിട്ട് എടുത്തിട്ട് വരുന്നതല്ലാതെ ജയിച്ചിട്ടേ അവിടുന്ന്

37

വരാവൂ. അതിന് തയ്യാറെടുക്കണം. സമാധാന പരമായുള്ള ഒരു സമരസംവിധാനം ഉണ്ടാക്കണം. നമ്മളും ഇവിടെ പൗരന്മാരാണ്. ഭരണഘടന നിയമപ്രകാരം നമുക്ക് മൗലികമായുള്ള അവകാശങ്ങൾ ഉണ്ട്. നമുക്ക് വിദ്യാഭ്യാസം കിട്ടാനുണ്ട്, ജോലി കിട്ടാനുണ്ട്, സംസാരിക്കാ നുള്ള അധികാരമുണ്ട്, അത് പുറത്തുകൊണ്ടു വരണം.

Ext. സമരഭൂമി - Day

ആദിവാസികളും ദളിതരുമടങ്ങുന്ന ഒരു കൂട്ടം ആളുകൾ കുടിൽ കെട്ടി സമരം ചെയ്യുന്ന ഒരു പ്രദേശം. ദളിത് rights movement സിന്ദാബാദ് എന്നുള്ള ഒരു ബാനർ, ഞങ്ങൾക്ക് ഭൂമി തരൂ അല്ലെങ്കിൽ ഞങ്ങളെ വെടി വെച്ച് കൊല്ലൂ, മേപ്പാറ ഭൂസമരം അമ്പതാംദിവസം എന്നിങ്ങനെയുള്ള കട്ടൗട്ടുകൾ. അയ്യങ്കാളിയുടേയും അംബേദ്കറിന്റേയും ശ്രീ ബുദ്ധന്റേയും ചിത്രങ്ങൾ പതിച്ച വിവിധതരം പോസ്റ്ററുകൾ. സമരഭൂമിയിൽ താൽക്കാ ലികമായി കെട്ടിയുണ്ടാക്കിയ ഒരു ചായക്കട. അതിനപ്പുറമുള്ള ഒരു തറക്ക് ചുറ്റും സ്ത്രീകളും കുട്ടികളും യുവാക്കളും അടങ്ങുന്ന ആദിവാസികളു ടേയും ഇതര ബഹുജനങ്ങളുടേയും ഒരു കൂട്ടായ്മ. ഒരു കൂട്ടം ആളുകൾ അംബേദ്കറെയും ശ്രീബുദ്ധനേയും, അയ്യങ്കാളിയേയും സ്മരിക്കുന്ന ഒരു പ്രാർത്ഥനാഗാനം ആലപിക്കുന്നു.

പ്രാർത്ഥനാഗാനം

കൈതൊഴാം കൈതൊഴാം അംബേദ്കർ നാഥനെ
കൈതൊഴാം കൈതൊഴാം അയ്യങ്കാളി ദേവനെ
കൈതൊഴാം കൈതൊഴാം അംബേദ്കർ നാഥനെ
കൈതൊഴാം കൈതൊഴാം കല്ലേലി വാസനെ
കൈതൊഴാം കൈതൊഴാം ശ്രീബുദ്ധ ദേവനെ
ആദിയും അന്തവും നീ തന്നെയല്ലയോ
അച്ഛനും അമ്മയും നീ തന്നെയല്ലയോ
സൃഷ്ടിയും സ്രഷ്ടാവും നീതന്നെയല്ലയോ

കാമറ സമരഭൂമിയിൽ pan ചെയ്യുമ്പോൾ നിരനിരയായി താൽക്കാലിക മായി കെട്ടിയുയർത്തിയിരിക്കുന്ന കുടിലുകൾ. അവക്കിടയിൽ നിരവധി തരത്തിലുള്ള കളികളിലേർപ്പെട്ടിരിക്കുന്ന കുട്ടികൾ. പാചകം ചെയ്യുന്ന വൃദ്ധർ. ഒരു മരത്തിനു ചുവട്ടിൽ ഇരുന്ന് ഒരു പാത്രത്തിലെന്തോ മൊത്തിക്കുടിക്കുന്ന ഒരു ചെറിയ കുട്ടി. കോളനി ദൃശ്യങ്ങളുടെ ഒരു montage.

Ext. സമരഭൂമി - Day continues

സമരഭൂമിയിലെ താൽക്കാലികമായ ഒരു ഏകാധ്യാപക വിദ്യാലയം. കുട്ടികളെ പാട്ടുപാടി പഠിപ്പിക്കുന്ന മഞ്ജുശ്രീ. അവർ ഏറ്റുപാടുന്നു.

പാട്ട്

മുങ്ങിപ്പൊങ്ങിപ്പോയ് താമര കണ്ടല്ലോ
താമര മുകളിൽ മഞ്ഞുരുകുന്നു
മഞ്ഞിനെ പിടിക്കാൻ ചാടടി തത്തമ്മേ
മൂന്നാം കുന്നിന്മേൽ മൂന്നര കുന്നിന്മേൽ
മുങ്ങിപ്പൊങ്ങിപ്പോയ് താമര കണ്ടല്ലോ
താമരമുകളിലായ് മഞ്ഞുരുകുന്നു
മഞ്ഞിനെ പിടിക്കാൻ ചാടടി തത്തമ്മേ

Ext. ചെക്ക് പോസ്റ്റ് - Day

സമരഭൂമിയിലേക്ക് കയറിവരുന്ന വഴിയിൽ പോലീസുകാർ സ്ഥാപിച്ചിരിക്കുന്ന ഒരു ചെക്ക് പോസ്റ്റ്. സമരഭൂമിയിൽനിന്ന് പുറത്തേക്കും അകത്തേക്കുമുള്ള ആളുകളുടെ വരവ് നിയന്ത്രിക്കാനാണ് ഈ പോസ്റ്റ്. അവിടെ രണ്ട് പോലീസുകാർ കാവലുണ്ട്. തലയിൽ ഒരു കെട്ട് വിറകുമായി സുജാത വരുന്നു. സുജാതക്കൊപ്പം കൈക്കുഞ്ഞുമേന്തി മറ്റൊരു സ്ത്രീയുണ്ട്. അവരുടെ കയ്യിൽ ഒരു സഞ്ചിയുമുണ്ട്. ചെക്ക് പോസ്റ്റിലെത്തുന്ന അവരെ പോലീസ് തടയുന്നു.

പോലീസ് 1

ഈ വരവിലൊരു പന്തികേട് ഉണ്ടല്ലോ സാറെ.

പോലീസ് 2

ഒന്ന് മാന്തി നോക്കടെയ്

പോലീസ് 1

എന്താടി ഇതിനകത്ത് ?

എന്നുപറഞ്ഞ് ലാത്തികൊണ്ട് സുജാതയുടെ മാറിൽ ഇട്ടിരിക്കുന്ന തോർത്ത് തോണ്ടി ദൂരെയെറിയുന്നു

പോലീസ് 2

അതിനകത്ത് ബോംബ് വല്ലോം വച്ചിട്ടുണ്ടോന്ന് നോക്കടെയ്... എവിടെയാ എന്തൊക്കെയാ ഒളിപ്പിച്ചിരിക്കുന്നേന്ന് അറിയില്ലല്ലോ?
എന്താടീ ഇതിനകത്ത്?

സുജാത

കഞ്ഞിയനത്താൻ ഇത്തിരി വിറകിന് പോയതാ സാറെ.

പോലീസ് 1

ഓഹോ. താഴെയിട്. താഴെയിടടി.

പോലീസ് 2

അങ്ങോട്ട് തുറന്ന് കാണിക്കെടി സാറിനെ.

പോലീസ് 1

ഉം തുറക്ക്

സുജാത

വിറക് കെട്ട് അഴിക്കുന്നു. അതിൽ നിന്നെന്തോ ലാത്തികൊണ്ട് തോണ്ടി ഒരു കിഴി പുറത്തെടുക്കുന്നു.

പോലീസുകാരൻ

എന്താടി ഇത് ? തുറക്ക്... തുറക്ക്.

പോലീസുകാരൻ ആ പൊതി കൈയ്യിലെടുത്ത് അഴിച്ചുനോക്കുന്നു.

പോലീസ് 1

മ്മ്. കഞ്ഞിവെക്കാനുള്ള വിറകാണത്രെ.

(അയാളാ പൊതി ദൂരേയ്ക്ക് എറിയുന്നു)

പോലീസ് 1 (continues)

കഴുവേർടെ മോളേ. കേറ്റിക്കളയും ഞാൻ. എടുത്തോണ്ട് പോടി.

പോലീസ് 2

കെട്ടിയെടുത്തോണ്ട് വാടി.

പോലീസുകാർ കുഞ്ഞിനെ കയ്യിലേന്തിയ സ്ത്രീയുടെ കയ്യിലിരിക്കുന്ന സഞ്ചി പരിശോധിക്കുന്നു.

Ext. സമരഭൂമി - Day

കരിയൻ പ്രസംഗിക്കുന്നു. അത് കേട്ടിരിക്കുന്ന വിവിധ മേഖലയിൽനിന്നുള്ള ദളിതരും ആദിവാസുകളുമടങ്ങുന്ന ബഹുജനം.

കരിയൻ

കഴിഞ്ഞ 450 ദിവസങ്ങളായി നമ്മൾ മേപ്പാറ സമരം തുടങ്ങിയിട്ട്. ചരിത്രമല്ലേ അത്. എന്തു കൊണ്ട് നമുക്ക് ഒന്നും തന്നില്ല. ഭൂമി തരത്തില്ല. വെള്ളോം മരുന്നും ഭക്ഷണവും തരില്ലാന്ന് പറ യുന്നതെന്താ? ഭൂമി കിട്ടുന്നതുവരെ സമരം ചെയ്യാൻ നമ്മളൊരുക്കമാണ്. ഭൂമി കിട്ടാതെ ഇവിടുന്ന് പോകുന്ന കാര്യമില്ല. പോവൂല... പോവാൻ പറ്റൂല.... എല്ലാവർക്കും ഭൂമികൊടു ക്കാം. നമുക്ക് തരാൻ പറ്റൂല്ല എന്ന് പറയുന്നതിൽ എന്തർത്ഥം? വിദേശ കച്ചവടക്കാർക്കും കാവിനും അമ്പലത്തിനും ഏക്കർ കണക്കിന് ഭൂമി കൊടു ക്കാനുണ്ട്. ഹർജിയൊന്നും കൊടുക്കാതെ.

കരിയൻ (continues)

നമുക്ക് ജീവിക്കാനുള്ള അവകാശം ഭരണഘടന നിയമപ്രകാരം നമ്മുടെ കണ്ണിൽ കണ്ട ദൈവം ഡോ. അംബേദ്കർ എഴുതിവെച്ചപ്രകാരം ആ ഭൂമി കിട്ടിയില്ലെങ്കിൽ ഈ മേപ്പാറേന്ന് പോവൂല്ല, പോവുല്ല, ഒറപ്പാ.

ആളുകൾ കൈയ്യടിക്കുന്നു.

Ext. സമരഭൂമി - മഞ്ജുശ്രീയുടെ സ്കൂൾ - Day

ക്ലാസ്സെടുക്കുന്ന മഞ്ജു. ഒരു വീഡിയോ കാമറയുമായി സമരഭൂമിയിലെ വിവിധ ദൃശ്യങ്ങൾ പകർത്തുന്ന നീത, 20 വയസ്സ്. പരിഷ്കാരിയായ വിദ്യാർത്ഥിയാണെന്ന് വ്യക്തം. മഞ്ജുശ്രീയുടെ ക്ലാസ്സിലെ കുട്ടികളെ അവൾ വീഡിയോയിൽ പകർത്താൻ ശ്രമിക്കുന്നു. ഫോട്ടോയെടുക്കുന്നത് കണ്ട കുട്ടികൾ ആഹ്ലാദത്തോടെ എന്റെ ഫോട്ടോ.... എന്റെ ഫോട്ടോ.... എന്നുപറഞ്ഞ് ആഹ്ലാദത്തോടെ ഒച്ചയുണ്ടാക്കുന്നു. അപ്പോൾ ബോർഡിൽ എന്തോ എഴുതിക്കൊണ്ടിരുന്ന മഞ്ജുശ്രീ ദേഷ്യത്തോടെ മേശയിൽ അടിച്ചുകൊണ്ട്, കുട്ടികളോടായി....

മഞ്ജുശ്രീ

ശ്ശ് ,.... മിണ്ടല്ലെ....

എന്നിട്ടും വീഡിയോ എടുത്തുകൊണ്ടിരിക്കുന്ന നീതുവിന്റെ കയ്യിൽനിന്നും കാമറ തട്ടിപ്പറിക്കുന്നു.

പപ്പിലിയോ ബുദ്ധ

നീതു

ഷിറ്റ്

അവളെ ഗൗനിക്കാതെ ബോർഡിൽ കുട്ടികൾക്കായി വരച്ചുകൊണ്ടിരുക്കുന്ന ഒരു വീടിന്റെ പടം പൂർത്തിയാക്കുന്ന തിരക്കിലാണ് മഞ്ജുശ്രീ.

നീതു

I am sorry

മഞ്ജുശ്രീ ഗൗനിക്കുന്നില്ല

നീതു (continues...)

എന്റെ ക്ലാസ്സ് പ്രോജക്ടിന്റെ ഭാഗമായി ഒരു ഡോക്യുമെന്ററി. അതിനുവേണ്ടി I need a shot of you teaching.

മഞ്ജുശ്രീ

ഒന്നു പോയേ.

ഇതു കണ്ടുകൊണ്ട് വരുന്ന ശങ്കരൻ. മഞ്ജുശ്രീയുടെ കയ്യിൽനിന്നും വീഡിയോ കാമറ പിടിച്ചുവാങ്ങി നീതുവിന് കൊടുക്കുന്നു. മഞ്ജുശ്രീ ഞെട്ടിത്തിരിഞ്ഞ്.

മഞ്ജുശ്രീ
ഓ, അപ്പോ നീയായിരുന്നു ഇതിന് പിന്നിൽ
അല്ലേ? ഈ പിള്ളേര് രണ്ട് അക്ഷരം പഠിച്ചോട്ടെ.
ശങ്കരാ.

ശങ്കരൻ ദേഷ്യത്തിൽ ക്ലാസ്സിലെ മേശ പൊക്കിയെടുത്ത് നിലത്തിടുന്നു.
അത് നോക്കി നിസ്സഹായതയോടെ നിൽക്കുന്ന മഞ്ജുശ്രീ.

Ext. സമരഭൂമിക്ക് സമീപമുള്ള ഒരു ചെറിയ അരുവി – Day

അരുവിക്കരികിലൂടെ ബൈനോക്കുലറുമായി നടന്നുപോകുന്ന ജാക്ക്.
അരുവിയുടെ മറുകരയിൽനിന്ന് നീതുവിന്റെ ശബ്ദം.

Neethu
Hai, Jack

Jack
Hai, Neethu

Neethu
Don't forget about the party tonight

Jack
OK, I will be there. See you later.

Ext. അരുവിക്കര   Day continues

അരുവിക്കരയിലിരുന്ന കഞ്ചാവ് വലിക്കുന്ന ശങ്കരനും ഷാജഹാനും (30 വയസ്സ് തോന്നിക്കുന്ന ഒരു നാഗരിക യുവാവ്). അവർക്കടുത്തേക്ക് നടന്നു വന്നിരിക്കുന്ന നീതു.

നീതു
Hi, Shankara, How are you?

ശങ്കരൻ ഒന്നും മിണ്ടാതെ പുകവലി തുടരുന്നു.

ഷാജഹാൻ
എന്തായി തന്റെ റെക്കോർഡിങ്ങ്?

നീതു
ഓ ഭയങ്കര ബോറായിരുന്നു.

Ext. അരുവിക്കര   -Day continues

ചുറ്റും നടക്കുന്നതൊന്നും അറിയാതെ കഞ്ചാവ് വലിച്ചുകൊണ്ടിരിക്കുന്ന ശങ്കരന്റെ close up ദൃശ്യം

Ext. നഗരപ്രാന്തത്തിലെ ഒരു സ്കൂൾ - Day

സ്കൂളിന് മുന്നിലേക്ക് കുട്ടികളെ നിറച്ച ഓട്ടോയോടിച്ചുവരുന്ന മഞ്ജുശ്രീ. അവളുടെ ഓട്ടോറിക്ഷയിൽ ബുദ്ധന്റെ ചിത്രമുണ്ട്. മഞ്ജുശ്രീ എന്ന് ഓട്ടോയിൽ എഴുതിയിരിക്കുന്നു. യൂണിഫോം ധരിച്ച കുട്ടികളെ സ്കൂളിന് മുന്നിലിറക്കി ഓട്ടോയോടിച്ച് പോകുന്ന മഞ്ജുശ്രീ.

Ext. ഓട്ടോസ്റ്റാന്റ് - Day

തികച്ചും ഗ്രാമീണമായ ഒരു ഓട്ടോസ്റ്റാന്റ്. ഓട്ടോസ്റ്റാന്റിൽ ഒരു കൊടിമരം. അതിൽ ഒരു ചെങ്കൊടി പാറുന്നു. തൊട്ടടുത്ത ഇലക്ട്രിക് പോസ്റ്റിൽ RSS എന്ന് എഴുതിയിരിക്കുന്നു. ഓട്ടോറിക്ഷ സ്റ്റാൻഡിൽ നിരനിരയായി പാർക്ക് ചെയ്തിരിക്കുന്ന ഓട്ടോകൾ. അതിനടുത്ത് കുശലം പറഞ്ഞു നിൽക്കുന്ന ഓട്ടോ ഡ്രൈവർമാർ. സ്റ്റാന്റിലേക്ക് ഓട്ടോ ഓടിച്ചുവരുന്ന മഞ്ജുശ്രീ. അവർക്ക് പിന്നിലായി വന്ന മറ്റൊരു ഓട്ടോ അവളെ ഓവർടേക്ക് ചെയ്ത് അവൾക്ക് മുന്നിൽ പാർക്ക് ചെയ്യുന്നു. മറ്റൊരു ഓട്ടോ അവൾക്ക് പാരലൽ ആയി വന്നുനിൽക്കുന്നു. ചെറുപ്പക്കാരായ മണിവർണ്ണനാണ് അതിന്റെ ഡ്രൈവർ. മണിവർണ്ണൻ മഞ്ജുശ്രീയെ ഒരു flirting മൂഡിൽ നോക്കുന്നു. എന്നിട്ട് ഓട്ടോറിക്ഷയുടെ ഹോണിൽ കൈകൾകൊണ്ട് തടവി അശ്ലീലമായ ഒരു ചിരിയോടെ ഹോൺ അടിക്കുന്നു.

മഞ്ജുശ്രീ

പോടാ (അവനെ ആട്ടുന്നു)

മഞ്ജുശ്രീ മാത്രമാണ് ആ സ്റ്റാന്റിലെ ഏക സ്ത്രീ. പുരുഷന്മാരായ ഇതര ഡ്രൈവർമാർ അവളുടെ ഓട്ടോയ്ക്ക് ചുറ്റും അശ്ലീലമായ അംഗവിക്ഷേപങ്ങളോടെ അവളെ വളയുന്നു. താടിക്കാരനായ ഒരു ഓട്ടോ ഡ്രൈവർ ദാസപ്പൻ, 38 വയസ്സ്. അവളുടെ ഓട്ടോയിൽ കയറി പിൻസീറ്റിലിരിക്കുന്നു.

ദാസപ്പൻ

എടുക്ക് മോളേ വണ്ടി.

മഞ്ജുശ്രീ മിണ്ടുന്നില്ല.

ദാസപ്പൻ

നമുക്കൊരു ഓട്ടം പോകാം.

മഞ്ജുശ്രീ

വണ്ടീന്നിറങ്ങ്.

ദാസപ്പൻ
ഹ... നീ നല്ല ഓട്ടക്കാരിയാണ്. കേട്ടു, എനിക്ക് നിന്നെയൊന്ന് ഓട്ടണം.

മഞ്ജുശ്രീ
ഫ.. മയിരേ..

ദാസപ്പൻ
അതെന്താടി കൂത്തിച്ചി മോളെ... നിന്റെ അമ്മക്കില്ലാത്ത നെഗളിപ്പാ നിനക്ക്...

മഞ്ജുശ്രീ ദേഷ്യത്തോടെ വണ്ടിയിൽനിന്ന് ഇറങ്ങുന്നു

ദാസപ്പൻ
നില്ലെടി അവിടെ.

ദാസപ്പൻ അവളെ പിടിക്കാനായി മുന്നോട്ടായുന്നു. മഞ്ജുശ്രീ മിന്നൽ വേഗത്തിൽ ഓട്ടോറിക്ഷയിൽനിന്ന് ലിവർ ഹാന്റിൽ ഊരിയെടുത്ത് ദാസപ്പന്റെ തലയ്ക്കടിക്കുന്നു. അയാളെ വണ്ടിയിൽനിന്ന് വലിച്ച് പുറത്തിടുന്നു. മറ്റ് ഡ്രൈവർമാർ സ്തംഭിച്ച് നിൽക്കെ മഞ്ജുശ്രീ തന്റെ ഓട്ടോയിൽ ചാടിക്കയറി സ്റ്റാർട്ട് ചെയ്ത് പാഞ്ഞുപോകുന്നു. ദാസപ്പൻ നെറ്റി പൊട്ടി ചോരയൊലിച്ച് വിളിച്ചുകൂവുന്നു.

ദാസപ്പൻ
ആ പെലയാടി പുലക്കള്ളി മോളെ വെറുതെ വിടരുത്. ആ നായിന്റെ മോളെന്റെ തല തല്ലിപ്പൊട്ടിച്ചു. എവിടെയവൾ. പിടിയവളെ. വിടരുത്.

ചോരയൊലിക്കുന്ന തല പൊത്തി നിലത്തിരിക്കുന്ന ദാസപ്പൻ. മറ്റ് ഡ്രൈവർമാർ അയാളെ സഹായിക്കുന്നു.

Ext. ചെങ്കൽക്വാറി -Day

ചെങ്കൽ ക്വാറിയിലൂടെ ഓട്ടോ ഓടിച്ചുപോകുന്ന മഞ്ജുശ്രീ. കുന്നിനു താഴെ ശങ്കരന്റെ വീടിനടുത്ത് ഓട്ടോ നിർത്തി കുന്ന് കയറുന്ന മഞ്ജുശ്രീ.

Ext. ശങ്കരന്റെ വീട് – Day

ധൃതിയിൽ വീട്ടിലേക്ക് കയറിവരുന്ന മഞ്ജുശ്രീ

മഞ്ജുശ്രീ
കരിയേട്ടാ, കരിയേട്ടാ, കരിയേട്ടൻ ഇല്ലേ ഇവിടെ?

Ext. ശങ്കരന്റെ വീട് - Day

വീടിനുള്ളിൽ കരിയനെ അന്വേഷിക്കുന്ന മഞ്ജുശ്രീ. മുറിക്കുള്ളിൽ ഒരു ബെഞ്ചിൽ കഞ്ചാവു വലിച്ചുകൊണ്ടിരിക്കുന്ന ശങ്കരൻ.

ശങ്കരൻ

ആ?

മഞ്ജുശ്രീ

കരിയേട്ടനെവിടെ?

ശങ്കരൻ

കണ്ടല് കരിയനോ? കണ്ടല് നടാൻ പോയി.

മഞ്ജുശ്രീ
(പകുതി തന്നോടെന്നപോലെ)

ഞാനയാൾക്കിട്ട് രണ്ട് കൊടുത്തിട്ടാ വന്നേ. എന്റെ അച്ഛനാകാനുള്ള പ്രായമുണ്ട്.

ശങ്കരൻ

നീയാരെയാ തച്ചേ?

മഞ്ജുശ്രീ

ആ മറ്റവനില്ലേ ദാസപ്പൻ. കരിയേട്ടന് അറിയാം അയാളെ.

മഞ്ജുശ്രീ (continues)

ഞാൻ ഓട്ടോ ഓടിക്കുന്നതാ പ്രശ്നം എന്നാ ആദ്യമൊക്കെ കരുതിയേ. ഇപ്പം മനസ്സിലായി പെണ്ണായിപ്പോയെന്നതാ പ്രശ്നം എന്ന്.

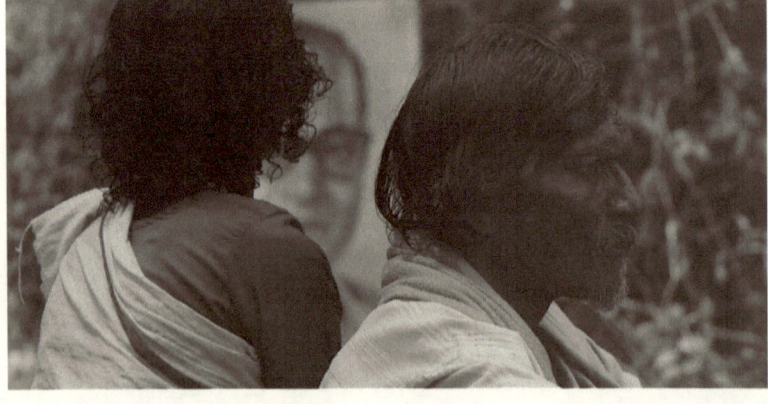

മഞ്ജുശ്രീ (continues)
(തന്നോടെന്നപോലെ)

വണ്ടിയോടിച്ച് കിട്ടുന്ന പൈസകൊണ്ടാ പിള്ളേരെ പഠിപ്പിക്കുന്നെ. എന്നിട്ടിപ്പോ....

അവനൊക്കെ എന്റെ ദേഹം കണ്ടിട്ട് പൊറുതി കിട്ടുന്നില്ല.

ശങ്കരൻ

പൊറുതി കിട്ടുന്നില്ല. നിന്റെയൊക്കെ മൊല കണ്ടാ ആർക്കാടി പൊറുതി കിട്ടുന്നേ.

മഞ്ജുശ്രീ

എന്തടാ നീ പറഞ്ഞേ?

അവൾ എഴുന്നേറ്റ് ശങ്കരന്റെ തലമുടി പിടിച്ച് കുലുക്കിക്കൊണ്ട്

മഞ്ജുശ്രീ

ഹും.... പെണ്ണിന്റെ മുല. ഇതിൽ മുഴുവൻ എന്റെ വേദനകൾ കല്ലിച്ച് കിടക്കാ. ഇതൊക്കെ നിനക്ക് കുടിച്ച് തീർക്കാൻ പറ്റ്വോ. കുടിക്കടാ, കുടിക്കടാ പട്ടീ.

മഞ്ജുശ്രീ അവന്റെ കരണത്തടിക്കുന്നു.

Ext.NGO ലീഡർ ഡോ. പ്രസന്നരാജന്റെ വീട് - Night

മുറ്റത്ത് കത്തുന്ന camp fire. അതിനടുത്ത് ആലിംഗനബദ്ധരായി ഇരിക്കുന്ന ദീപ - 23 വയസ്സ്, ആലീസ് - 20 വയസ്സ്. അവർ പരസ്പരം ചുംബിക്കുന്നു. Camp fire വെളിച്ചത്തിൽ അവളുടെ അവ്യക്തമായ മുഖങ്ങൾ. ഇരുട്ടിൽനിന്ന് camp fire-ന് അടുത്തേക്ക് നടന്നുവരുന്ന ശങ്കരനും ജാക്കും.

Jack

Hi, Good Evening Ladies.

Alice

Welcome Jack

ദീപ ജാക്ക് എന്ന് വിളിച്ചുകൊണ്ട് ഓടിവന്ന് ജാക്കിനെ കെട്ടിപ്പിടിക്കുന്നു.

ദീപ

തണുക്കുന്നുണ്ടോ?
നല്ല സുന്ദരനായിട്ടുണ്ടല്ലോ.

ആലീസ്
You understood what she said?

Jack
I have no idea. But I trust her.

Alice
Oh! She said you look handsome.

Jack
Oh! Thank you. That I like

Alice
You wanna spend time here

Jack
Are they over there? Lets join the crowd

അവരെല്ലാവരും വീട്ടുമുറ്റത്തേക്കു കയറുന്നു.

ആലീസ്
Now you can pick up some Malayalam words right?

Jack
I think I am starting to pick up some words here and there.

കൂടുതൽ ഒന്നും സംസാരിക്കാതെ അവരെ അനുഗമിക്കുന്ന ശങ്കരൻ. അവർ ചെന്നു കയറുന്നത് മുറ്റത്ത് അറേഞ്ച് ചെയ്ത് വെച്ചിരിക്കുന്ന ഒരു ചെറിയ പാർട്ടി സദസ്സിലേക്കാണ്. അവിടെ ഷാജഹാനും ഐസക്കും ഡോ. പ്രസന്നരാജനുമുണ്ട്. എല്ലാവരും ജാക്കിനെ അഭിവാദ്യം ചെയ്ത് സ്വീകരിക്കുന്നു. കൂട്ടത്തിൽ ഒറ്റപ്പെട്ട് ആരിലും അത്രയൊന്നും ശ്രദ്ധിക്കപ്പെടാതെ നിൽക്കുന്ന ശങ്കരൻ.

പ്രസന്നരാജൻ
Friends. We are celebrating the first anniversary of SEEM.

പ്രസന്നരാജൻ (continues)
സാമ്പത്തിക മാന്ദ്യം നമ്മളെ കാര്യമായി ബാധിച്ചുവെങ്കിലും ഈ വർഷം ഒട്ടേറെ ക്ഷേമ

പദ്ധതികൾ ആദിവാസികൾക്ക് വേണ്ടി നമ്മൾ നടപ്പിലാക്കിയിട്ടുണ്ട്.

This year we gave ten cameras in Attapadi to document their realities. SEEM is going to be voice of the voiceless of this country.

എല്ലാവരും ആർപ്പുവിളിക്കുന്നു

പ്രസന്നരാജൻ (continues)

This is proud moment for all of us. Let us celebrate cheers.

കെട്ടിടത്തിനുമുകളിൽ വച്ചിരിക്കുന്ന ബോർഡിൽ "Social and educational empowerment for the marginalised" എന്ന് എഴുതിയിരിക്കുന്നു.

Ext.SEEM Office   Night Contd...

മദ്യപിക്കുകയും കുശലാന്വേഷണം നടത്തുകയും ചെയ്യുന്ന സുഹൃത്തുക്കൾ.

Alice

Try some spicy today Jack

Jack

I will try that

ദീപ ഷാജഹാന്റെ കൈയിലിരിക്കുന്ന പുസ്തകം ശ്രദ്ധിച്ചു.

ദീപ

Wow, Its amazing. Did you read it?

Shajahan

Yes, Nothing new here. We all know this Kellenbach and Gandhi having a .....

എല്ലാവരും ചിരിക്കുന്നു. ജോസഫ് ലെവിലാർഡിന്റെ പ്രഖ്യാതമായ Making of Mahatma എന്ന ഗ്രന്ഥമാണ്. ദീപ ഷാജഹാനിൽനിന്ന് ആ പുസ്തകം പിടിച്ചുവാങ്ങിക്കൊണ്ട്

ദീപ

I love Gandhi. You know why? He can fuck a man too.

പപ്പിലിയോ ബുദ്ധ

എല്ലാവരും കൂട്ടമായി ചിരിക്കുന്നു.

Ext.SEEM Office   Night Contd...

കൂട്ടത്തിൽനിന്ന് ഒഴിഞ്ഞുമാറി ഒറ്റയ്ക്ക് വരാന്തയിൽ ഇരിക്കുന്ന ശങ്കരൻ. മുറ്റത്ത് നടക്കുന്ന പാർട്ടിയുടെ Off screen voices.

Alice

(OS) And his original lover was a muslim like him. You missed a chance Shajahan

പെട്ടെന്ന് മഴ പെയ്യുന്നു. പാർട്ടിക്കാർ ഓടി കോലായിലേക്ക് കയറുന്നു. മുറ്റത്ത് പാറിവീഴുന്ന മഴത്തുള്ളികൾ....

Int.SEEM Office   Night

കഞ്ചാവിന്റെ അരി കളഞ്ഞ് അത് പരുവപ്പെടുത്തുന്ന നീതു.

Neethu

You know what happened today at Mepara? That lady was so rude. She just grabbed my camera.

Alice

Ya. We are breaking our ass for this people. And they are treating us a like a shit. Isn't it ridiculous?

Prasannarajan

Don't worry Neetu. This is our job. Your role as a film maker is to finish your film. Don't you ever provoke your subjects. You have to empathize with them.

Issac

I have a problem with this, so called Dalit land rights.
കൈയിലുള്ളതെല്ലാം വിറ്റ് കള്ളും കഞ്ചാവും അടിച്ചിട്ട്   still they are talking about getting more land. If you given them land right now. I guarantee you they will be homeless within a year.

Shajahan

Hey come on Issac. Don't be a reductionist. You have to see the bigger picture. Globalisation and imperialism is playing a big role here.

Alice

You said it Shajahan

ടീപോയിൽനിന്ന് ഒരു കഞ്ചാവ് സിഗരറ്റ് എടുത്ത് കത്തിച്ച് വലിക്കുന്ന ജാക്ക്.

Prassannarajan

Did you finish the paperwork for the grant application?

Deepa

Ya, I am working on it. Trust me yar. I will finish it tomorrow.

Deepa (continues)

Alice, Let me have my fucking drink.

ഷാജഹാൻ ജാക്കിനെ തോണ്ടിയിട്ട്

ഷാജഹാൻ

സായിപ്പേ, Let me ask you something. There is a theory of Jewish - Hindu conspiracy to genoeide Indian muslims. What do you think about that?

Jack

Don't be paranoid about Jews, my ex lover was a New York Jew, You know and there is a absolutely no difference between you and him, both have circumcised Penis.

എല്ലാവരും ചിരിക്കുന്നു. ദീപ തനിക്ക് തൊട്ടടുത്തിരിക്കുന്ന ശങ്കരനെ മറികടന്ന് അപ്പുറത്തുള്ള ആലീസിനെ ചുംബിച്ചുകൊണ്ട്

ദീപ

I love circumsized Penis

ചുംബിക്കുന്ന ദീപയുടേയും ആലീസിന്റേയും നടുവിൽ ഭിത്തിയിൽ ചാരി യിരിക്കുന്ന ശങ്കരനോട്

ഐസക്

ടാ ശങ്കരാ, നിന്റെ ആൾക്കാരൊന്നും അടിസ്ഥാന പരമായി ശരിയല്ല. എല്ലാത്തിനേയും ഒന്ന് കുളിപ്പിച്ച് വെളുപ്പിക്കാനുണ്ട്.

അദ്ഭുതത്തോടെ ഐസക്കിനെ നോക്കുന്ന ശങ്കരൻ

ശങ്കരൻ

എന്റെ ആൾക്കാരോ?

ഐസക്

അതെ, നിന്റെ ആൾക്കാർ. എന്താ നീ പെലയനല്ലേ?

ദീപ

(ഐസക്കിനെ ശാസനയോടെ നോക്കുന്നു)

ശങ്കരൻ ദീപയുടേയും ആലീസിന്റേയും ഇടയിൽനിന്ന് എഴുന്നേൽക്കുന്നു. ഇരുളിൽ അവന്റെ മുഖം വ്യക്തമല്ല.

ആലീസ്

ഐസക്, You are so rude man. You made him upset.

Isac

Political correctness is not my shit.

Deepa

Shut up Issac.

ജാള്യതയോടെയും അദ്ഭുതത്തോടെയും തന്റെ "സുഹൃത്തുക്കളെ" നോക്കുന്ന ശങ്കരൻ.

ഷാജഹാൻ

നിനക്കത്രയ്ക്ക് വിഷമമാണെങ്കിൽ ഇവനേം കൂടി മാമ്മോദീസ മുക്കി നസ്രാണിയാക്കിയെടുക്കെന്റെ ഐസക്കേ.

ഐസക്

എടോ, ഞാനേയ് തോമാശ്ലീഹ മാമ്മോദീസ മുക്കിയ പാരമ്പര്യത്തിൽപ്പെട്ട ബ്രാഹ്മണ ക്രിസ്ത്യാനിയാണ്. ഈ പെലയനൊക്കെ എത്ര കുളിപ്പിച്ചാലും പുലയക്രിസ്ത്യാനിയേ ആവൂ.

കൂട്ടച്ചിരി മുഴങ്ങുന്നു.

പുറത്ത് ഇരുളിൽ ആർത്തുപെയ്യുന്ന മഴയിലേക്ക് നോക്കുന്ന ശങ്കരൻ. അവന് പിന്നിൽ പൊട്ടിച്ചിരികൾ, മഴയിലേക്ക് ഇറങ്ങിനടക്കുന്ന ശങ്കരൻ.

Ext. ഇടവഴി - Night

ഇരുൾവീണ ഇടവഴിയിലൂടെ മഴയത്ത് ഒറ്റയ്ക്ക് നടക്കുന്ന ശങ്കരൻ.

       ശങ്കരൻ
       (voice over)
നിറഞ്ഞ വെളിച്ചത്തിൽ ഇരുന്നപ്പോൾ അവരാരും എന്നെ കണ്ടതേയില്ല. ഒരു പുഴുവിനെപ്പോലെ വെപ്രാളപ്പെട്ട് അരിക്കുകയായിരുന്നു ഞാൻ.

       ശങ്കരൻ
       (voice continues)
അവർ ശരിക്കുമെന്നെ കാണുന്നതേ ഉണ്ടായിരുന്നില്ല.... മഴ കൊള്ളുന്നത് ഞാൻ മാത്രമല്ലല്ലോ. വവ്വാലും മൂങ്ങയും രാത്രി ശലഭങ്ങളും എന്നോടൊപ്പമുണ്ട്.

       ശങ്കരൻ
       (voice continues)
എത്ര മഴകൊണ്ടാലും ഒരു മിന്നാമിനുങ്ങിന്റെ വെളിച്ചവും കെട്ടുപോകുന്നില്ല. ആ വെളിച്ചം മതി എനിക്കെന്റെ വീട്ടിലെത്താൻ.

Ext. മഞ്ജുശ്രീയുടെ വീട് - Night

ഓലകെട്ടിയ ഒരു ചെറിയ വീട്. പുറത്ത് നന്നായി മഴപെയ്യുന്നുണ്ട്. ചുവരിൽ ചെറിയ ബുക്ക് ഷെൽഫ്. കുടിലിനുള്ളിൽ ബുദ്ധപ്രതിമ. അതിനു മുന്നിൽ ചെറിയ വിളക്ക് കത്തുന്നുണ്ട്.

മഞ്ജുശ്രീ എന്തോ തയ്ക്കുന്ന തിരക്കിലാണ്. കുടിലിലെ വാതിലിൽ ഒരു മുട്ട് കേട്ട് ശ്രദ്ധിക്കുന്ന മഞ്ജുശ്രീ.

Ext. മഞ്ജുശ്രീയുടെ വീട് - Night continues

മഞ്ജുശ്രീ സംശയത്തോടെ വാതിൽ തുറക്കുന്നു. പുറത്തുനിന്നും മഴയിൽ നനഞ്ഞ് കയറിവരുന്ന ശങ്കരൻ.

       മഞ്ജുശ്രീ
മ്മ്??

ശങ്കരൻ ഒന്നും മിണ്ടാതെ അകത്തേക്കു കയറുന്നു. അവന്റെ ശരീരത്തിൽനിന്നും വെള്ളമിറ്റിറ്റു വീഴുന്നു. ഒന്നും മിണ്ടാതെ നിൽക്കുന്ന ശങ്കരൻ.

മഞ്ജുശ്രീ
നീയെന്താ വന്നേ?

മിണ്ടാതെ നിൽക്കുന്ന ശങ്കരൻ

മഞ്ജുശ്രീ (continues)
എന്താ നിന്റെ നാവിറങ്ങിപ്പോയോ?

ശങ്കരൻ അവളെ ഒന്ന് നോക്കിയിട്ട് ചുവരിലെ ബുക്ക്ഷെൽഫിൽ എന്തോ തിരയുന്നതിനിടയിൽ

ശങ്കരൻ
ജാക്കിനുവേണ്ടി ശലഭത്തെ പിടിക്കാൻ പോയാലും, അമേരിക്കയിൽ പഠിക്കാൻ പോയാലും, പുലയനെന്നും പുലയൻ തന്നെ.

മഞ്ജുശ്രീ
ഓ, അതിപ്പോഴെങ്കിലും നിനക്ക് മനസ്സിലായല്ലോ?

പുസ്തകങ്ങൾക്കിടയിൽനിന്ന് ഏതോ ഒരു പുസ്തകം തിരഞ്ഞെടുത്ത് മറിച്ചുനോക്കുന്ന ശങ്കരൻ.

Ext. മഞ്ജുശ്രീയുടെ വീട് - Night Continues

ശങ്കരൻ മറിച്ചുനോക്കിക്കൊണ്ടിരിക്കുന്ന പുസ്തകം ഉയർത്തിക്കാണിച്ച്

ശങ്കരൻ
ഇത് ഞാനെടുക്കുന്നു.

മഞ്ജുശ്രീ അയാളെ ഉദാസീനമായി നോക്കുന്നു. ശങ്കരൻ പുസ്തകമെടുത്ത് ബനിയനുള്ളിൽ തിരുകി മഴയിലേക്ക് ഇറങ്ങി നടക്കുന്നു.

മഞ്ജുശ്രീ
മഴ മാറിയിട്ട് പോയാൽ പോരേ?

ശങ്കരൻ അവളെ തിരിഞ്ഞുനോക്കി ഗൗനിക്കാതെ നടക്കുന്നു.

മഞ്ജുശ്രീ
നീ കുടയെടുത്തിട്ട് പോ.

പപ്പിലിയോ ബുദ്ധ

മഴയിലൂടെ നടന്നുനീങ്ങുന്ന ശങ്കരനെ നോക്കുന്ന മഞ്ജുശ്രീ.

Ext. ശങ്കരന്റെ വീട് - Day

ഉമ്മറത്ത് ഒരു പുസ്തകം വായിച്ചുകൊണ്ടിരിക്കുന്ന ശങ്കരൻ. കാഞ്ച ഇളയ്യയുടെ "Why I am not a Hindu" എന്ന പുസ്തകമാണ് എന്ന് കവർച്ചട്ടയിൽനിന്ന് മനസ്സിലാക്കാം. അകത്തുനിന്നും ഒരു ഗ്ലാസ് കട്ടൻ ചായയുമായി വരുന്ന കരിയൻ. ശങ്കരൻ അത് വാങ്ങിക്കുടിച്ചുകൊണ്ട് വായന തുടരുന്നു. കരിയൻ സംശയത്തോടെ അവന്റെ വായന നോക്കി. ഒരു നിമിഷം നിന്ന് അകത്തേക്ക് പോകുന്നു.

Ext. ശങ്കരന്റെ വീടിന്റെ പരിസരം - Day

കൈയിൽ ബൈനോക്കുലറും തോൾബാഗുമായി കുന്നു കയറി ശങ്കരന്റെ വീട്ടിലേക്ക് വരുന്ന ജാക്ക്.

POV of Karian

Ext. ശങ്കരന്റെ വീട് - Day (continues)

ഉമ്മറത്തിരുന്ന് വായിച്ചുകൊണ്ടിരിക്കുന്ന ശങ്കരന്റെ നേർക്ക് നടന്നുവരുന്ന ജാക്ക്.

> Jack
> Come on, lets go. Get your stuff. We have a lot of works to do today.

> Sankaran
> Jack, I don't feel like working today.

> Jack
> Why not? Are you alright? Are you sick? You took off from the party last night. I was kind of worried about you. Are you okay?

> Sankaran
> (നിസ്സംഗഭാവത്തിൽ)
> Its Okay.

ജാക്ക് ഇത്തിരി ആലോചിച്ചശേഷം

> Jack
> Oh! I forgot. I didn't pay you yesterday. Why don't you say something.

ജാക്ക് ട്രൗസറിന്റെ പോക്കറ്റിൽനിന്നും തന്റെ പേഴ്സ് എടുത്തു നോക്കുന്നു.

Jack

Oh! shit I don't have Indian money anymore. Let me give you some dollers.

ജാക്ക് കുറച്ച് ഡോളർ നോട്ടുകൾ ശങ്കരന് നേരെ നീട്ടുന്നു. ശങ്കരൻ ഒന്ന് സംശയിച്ചശേഷം അത് വാങ്ങി എണ്ണിനോക്കുന്നു.

Jack (continues)

You know. I can't do this without you. I really need your help. You come? please.

ശങ്കരൻ കട്ടൻ ചായ കുടിച്ചുകൊണ്ട് ഒരു നിമിഷം ആലോചിക്കുന്നു.

Sankaran

Okay. I will come for the day. Please stay here. I will be back.

ശങ്കരൻ വീട്ടിനകത്തേക്ക് കയറിപ്പോകുന്നു.

Ext. പശ്ചിമഘട്ട മലനിരകൾ - Day

മനോഹരമായ ഒരു കൊച്ചുവെള്ളച്ചാട്ടത്തിനരികിലൂടെ തന്റെ ബൈനോക്കുലറുമായി നീങ്ങുന്ന ജാക്ക്. വെള്ളമൊഴുകുന്ന ഒരു പാറയ്ക്ക് മുകളിലൂടെ നടന്നു നീങ്ങുന്ന ജാക്ക്. പെട്ടെന്ന് ജാക്കിന്റെ കാലിൽ എന്തോ കടിച്ച പോലെ.

Jack

Shankar.... Shankar....

അടുത്തുള്ള ഒരു പാറയിൽ ഇരിക്കുന്ന ജാക്ക്. ശലഭങ്ങളെ ശേഖരിക്കുന്ന ഗ്ലാസ് ജാറുകളും മറ്റ് ലെപിഡോപ്റ്ററിക് ഉപകരണങ്ങളും പാറയിൽ അവിടവിടെയായി ഇട്ടിരിക്കുന്നു. ജാക്കിന്റെ വിളികേട്ട് കൈയിൽ വലയുമായി ഓടിയെത്തുന്ന ശങ്കരൻ.

Jack

Something bite me. What is it? Get it out.

Ext. അരുവിക്കര   Day continues

ജാക്കിന്റെ കാല് പരിശോധിക്കുന്ന ശങ്കരൻ. ജാക്കിന്റെ കാലിൽ കടിച്ച അട്ടയെ ശങ്കരൻ എടുത്ത് മാറ്റുന്നു. ജാക്കിന്റെ കാലിൽനിന്നും രക്തം

ഒഴുകുന്നു. തന്റെ ബാഗിൽനിന്ന് ഒരു കോട്ടൺ ബോൾ എടുത്ത് രക്തം വൃത്തിയാക്കുന്ന ശങ്കരൻ.

Ext. അരുവിക്കര – Day continues

ജാക്കിന്റെ കാലിലെ മുറിവ് വൃത്തിയാക്കുന്ന ദൃശ്യം.

ശങ്കരൻ
(voice over)

നിന്റെ രക്തത്തിനും ചുവന്ന നിറം. പൂമ്പാറ്റകളുടെ രക്തത്തിന് നിറമുണ്ടോ?

ശങ്കരൻ
(voice over)

നിന്റെ ഡോളറിന് പച്ചനിറമാണ്. ഇന്ത്യൻ രൂപയ്ക്ക് തവിട്ടുകലർന്ന തീട്ടനിറം.

Ext. പശ്ചിമഘട്ട മലനിരകൾ - Day

ഒരു ചെറിയ അരുവിയിലൂടെ നടന്ന് വരുന്ന ജാക്കും ശങ്കരനും നദിക്കരയിലെ ഇടവഴിയിലൂടെ പാഞ്ഞുവരുന്ന ഒരു പൊലീസ് ജീപ്പ് അവരെ ക്കണ്ട് നിർത്തുന്നു. ജീപ്പിൽനിന്നും ഒരു സബ് ഇൻസ്പെക്ടറും രണ്ട് പൊലീസുകാരും പുറത്തിറങ്ങുന്നു.

പൊലീസ് ഇൻസ്പെക്ടർ ജാക്കിനോട്

ഇൻസ്പെക്ടർ

Excuse me. Sorry for the trouble. Please come and get inside.

Jack

What the fuck is going on?

Ext. പശ്ചിമഘട്ട മലനിരകൾ – Day (continues)

വളരെ മര്യാദയോടെ ജീപ്പിൽ കയറാൻ ജാക്കിനോട് പറയുന്ന പൊലീസ് ഇൻസ്പെക്ടർ. ജാക്ക് അനുസരിക്കുന്നു.

ഇൻസ്പെക്ടർ
(ശങ്കരനോട്)

നിന്നെ പിന്നെ പ്രത്യേകം ക്ഷണിക്കണോടാ റാസ്ക്കൽ. പെലയാടി മോനേ. കേറടാ വണ്ടിയിൽ.

പൊലീസുകാർ ശങ്കരനെ തൂക്കിയെടുത്ത് വണ്ടിയിലിടുന്നു. വണ്ടി പാഞ്ഞു പോകുന്നു.

Ext. പോലീസ് സ്റ്റേഷൻ - Day

ലോക്കപ്പ് മുറിയിൽ മറ്റ് ദളിത യുവാക്കളോടൊപ്പം അണ്ടർവെയർ മാത്രം ധരിച്ച് നിൽക്കുന്ന ശങ്കരൻ. പൊലീസ് ഓഫീസർക്ക് അഭിമുഖമായി കസേരയിൽ ഇരിക്കുന്ന ജാക്ക്. സുമുഖനും അനായാസം ഇംഗ്ലീഷ് സംസാരിക്കുന്ന ഓഫീസർ ഉയർന്ന റാങ്കിലുള്ള ആളാണെന്ന് വ്യക്തം.

SP

What is your connection with this boy?

Jack

What do you mean?

SP

What is your business with them. Dalit terrorists? These maoist talks?

Jack

I have nothing to do with them. I hire Shankar to be my guide. And I pay him.

നിഷേധഭാവത്തിൽ തലയാട്ടിക്കൊണ്ട്

SP

I don't buy that shit.

SP
(Continues)

You have been in Mepara estate. I have clear information on that. That is the illegally squatted land by these dalit terroists. Can you deny that?

Jack

No, I don't know that. I have no idea where I was.

Jack
(Continues)

I have noting to do with them Shankar took me there.

SP

Shankar is a suspect. His father Kariyan is controlling an these Dalits. People who are under our watch.

Jack

This is ridiculous. I don't have a political bone in may body. Do I need to call a lawyer or get in touch with my embassy? You know...? I know my rights here.

SP
(പൊട്ടിച്ചിരിച്ചുകൊണ്ട്)

Rights! You are talking about rights. You come to this country on a tourist visa, sneaking to our reserved forests and steal the rare and precious butterflies.

ലോക്കപ്പിൽ കിടക്കുന്ന ശങ്കരന്റെയും മറ്റ് ദളിത് യുവാക്കളുടെയും ഒരു close up ദൃശ്യം. ഗ്ലാസ് ജാറുകൾക്കുള്ളിൽ കിടന്ന് ചിറകടിക്കുന്ന ശലഭങ്ങളുടെ ദൃശ്യം.

SP
(Continues)

These are classic violations of our laws. I can book you on those.

Jack

Okay, I am sorry. Yes. I will stay away from them. I will go some place else.

SP

No, You have to get out of this country. See, that is the gravity of this problem.

SP
(Continues)

You are in such a mess. And this is the only way out. Okay?

Jack

Yes, Officer.

ജാക്ക് ലോക്കപ്പിൽ കിടക്കുന്ന ശങ്കരനെ നോക്കുന്നു

SP

(Continues)

Give a statement in writing. And get your stuff and go.

SP

(Continues)

ബാലൻ നായരെ, ഈ സായിപ്പിന്റെ കയ്യിൽനിന്ന് എന്താ വേണ്ടേച്ചാ ഇങ്ങ് എഴുതി വാങ്ങിച്ചോ. ഈ സാധനത്തിന്റെ ഒക്കെ റസീറ്റ് വാങ്ങിവെക്ക്.

ലോക്കപ്പിൽ കിടക്കുന്ന ശങ്കരനെയും സുഹൃത്തുക്കളെയും നോക്കിക്കൊണ്ട്

Jack

Excuse me. Can I just see Shankar a minute?

SP

No, Don't you get. What I was talking about? Don't you understand the gravity of the problem here? You have to stay away from them.

Jack

Ok... Ok...

SP

I am sorry. That is all I can do right now.

ലോക്കപ്പിൽ കിടക്കുന്ന ശങ്കരനോട് കണ്ണുകൾകൊണ്ട് വിടവാങ്ങുന്ന ജാക്ക്.

Int.Police Station ചോദ്യം ചെയ്യുന്ന മുറി - Day (Continues)

SP യ്ക്കുമുന്നിൽ കൈ കെട്ടിനിൽക്കുന്ന ശങ്കരൻ. ഒരു അണ്ടർവെയർ മാത്രമാണ് വേഷം. കസേരയിലിരുന്ന് സിഗരറ്റ് കത്തിക്കുന്ന എസ്.പി. സിഗരറ്റ് വലിച്ചൂതിക്കൊണ്ട്

എസ്.പി.

ശങ്കരൻ കരിയൻ അല്ലേ?

ശങ്കരൻ

അതെ

എസ്.പി.

യൂണിവേഴ്സിറ്റി കോളേജിൽനിന്ന് സുവോളജി
യിൽ ബിരുദം. അത് കഴിഞ്ഞ് JNUയിൽ രണ്ടു
വർഷം. ഉം?

ശങ്കരൻ

അതെ.

Int.Police Station ചോദ്യം ചെയ്യുന്ന മുറി – Day

SP ഒരു ഫോട്ടോ കാണിച്ചുകൊണ്ട്

എസ്.പി.

ഇവനെ നിനക്കറിയുമോ?

ശങ്കരൻ

അറിയാം സർ.

എസ്.പി.

എന്താ ഇവന്റെ പേര്?

ശങ്കരൻ

പ്രസാദ് വിമൽ നായ്ക്

എസ്.പി.

ചത്തീസ്ഘട്ട്കാരൻ, ഉം? ഇവൻ നിന്റെ ഹോസ്റ്റൽ
മുറിയിൽ വന്ന് രണ്ട് മൂന്ന് ദിവസം താമസിച്ചിരു
ന്നല്ലോ. അതെന്തിനായിരുന്നു?

ശങ്കരൻ

ബിനായക്സെന്നിന്റെ മോചനത്തിനുവേണ്ടി ഒപ്പ്
ശേഖരണത്തിനു വന്നതാ.

എസ്.പി.

ഉം..... പിന്നെ നീയവനെ കണ്ടിട്ടില്ലേ?

ശങ്കരൻ

ഇല്ല. പിന്നെ ഞാനവനെ കണ്ടിട്ടില്ല.

പിന്നിൽനിന്ന് മറ്റൊരു പൊലീസ് ഓഫീസർ കൂടി അരണ്ട വെളിച്ചമുള്ള
ആ മുറിയിലേക്ക് കയറിവരുന്നു.

എസ്.പി.
(ചിരിച്ചുകൊണ്ട്)

നീ തീർച്ചയായും അവനെ കണ്ടിട്ടുണ്ട്. അവൻ പല തവണ മേപ്പാറയിൽ വന്ന് പോയിട്ടുണ്ട്. നിങ്ങൾ ദളിത് തീവ്രവാദികൾക്ക് ആയുധ പരിശീലനം തരുന്നത് അവനല്ലേ? വെസ്റ്റേൺ ഘാട്സിൽ എവിടേയോ അവനുണ്ട്. നീയറിയാതെ കേരളത്തിൽ അവനൊളിച്ച് താമസിക്കാൻ യാതൊരു വഴിയുമില്ല.

ശങ്കരൻ
(ദേഷ്യത്തോടെ)

I have no clue. What you are talking about. I am not a maoist. I have no connection with Maoist people.

പെട്ടെന്ന് എസ്.പി. ശങ്കരന്റെ നെഞ്ചിൽ ചവിട്ടുന്നു. ശങ്കരൻ പിന്നോട്ട് മറിയുന്നു.

എസ്.പി.
ഫ്ഫാ.... പുലയകഴുവേറീടെ മോനെ.... അവന്റെ അമ്മേടെ ഒരു ഇംഗ്ലീഷ്. മലയാളത്തിൽ പറയെടാ.

അടുത്തിരുന്ന ഇൻസ്പെക്ടറോട്

എസ്.പി.

പറയിക്കെടാ

ഇൻസ്പെക്ടർ

സർ

ശങ്കരന്റെ നേർക്കടുക്കുന്ന ഇൻസ്പെക്ടർ.

Int. പൊലീസ് സ്റ്റേഷൻ, ചോദ്യം ചെയ്യുന്ന മുറി - Night

വെളിച്ചം കുറഞ്ഞ പീഡനമുറി. മുറിയുടെ ഒരു വശത്തായി ഇട്ടിരിക്കുന്ന ടേബിളിൽ ശങ്കരനെ മലർത്തിക്കിടത്തിയിരിക്കുന്നു. അയാൾ പൂർണ്ണ നഗ്നനാണ്. അയാളുടെ കൈകാലുകൾ രണ്ട് പോലീസുകാർ ചേർന്ന് അമർത്തിപ്പിടിച്ചിരിക്കുന്നു. പൊലീസ് ഇൻസ്പെക്ടർ ഒരു കോണ്ടത്തിൽ മുളകുപൊടി നിറച്ച് നഗ്നനായ ശങ്കരന്റെ ലിംഗത്തിൽ ധരിപ്പിക്കുന്നു. വേദനകൊണ്ട് പുളയുന്ന ശങ്കരൻ. ശങ്കരന്റെ നിർത്താതെയുള്ള കരച്ചിൽ. പോലീസുകാരുടെ ആക്രോശങ്ങൾ. വേദനകൊണ്ട് പുളയുന്ന ശങ്കരന്റെ നിർത്താതെയുള്ള കരച്ചിൽ തുടരുന്നു. ദുർബലമായിക്കൊണ്ടിരിക്കുന്ന ശങ്കരന്റെ സ്വരം.

Int. ലോക്കപ്പ് മുറി - Night

അരണ്ട വെളിച്ചം ഇടനാഴിക്കുള്ളിലൂടെ പാളിവീഴുന്ന ലോക്കപ്പ് മുറി. നഗ്ന നായി ഒരുവശം ചെരിഞ്ഞ് തറയിൽ കിടക്കുന്ന ശങ്കരൻ. ലോക്കപ്പ് മുറിയുടെ ഇരുമ്പ് ഗേറ്റ് തുറന്ന് പ്രവേശിക്കുന്ന ചില ബൂട്ട്സ് ഇട്ട കാലുകൾ. ബൂട്ട്സ് ഇട്ട കാലുകൾകൊണ്ട് ശങ്കരനെ മലർത്തിക്കിടത്തുന്ന ഒരു പൊലീസ് ഓഫീസർ.

Int. ലോക്കപ്പ് മുറി - Night

മങ്ങിയ വെളിച്ചത്തിൽ ലോക്കപ്പ് മുറിയിൽ കുത്തിയിരിക്കുന്ന അർദ്ധ നഗ്നരായ യുവാക്കൾ. അവർക്കിടയിൽ ശങ്കരൻ. യുവാക്കൾ ഓരോരുത്തരായി തറയിൽ കിടക്കുന്നു. ശങ്കരന്റെ ശരീരചേഷ്ഠകളിൽ നിന്ന് അയാൾ ക്ഷീണിതനാണ് എന്ന് മനസ്സിലാക്കാം.

Int. അരുവിക്കര - Day

കുത്തിയൊഴുകുന്ന ഒരു കൊച്ചരുവി. അതിലെ ഒഴുക്കിലേക്ക് കണ്ണും നട്ടിരിക്കുന്ന ശങ്കരൻ

Ext. അരുവിക്കര - Day continues

അരുവിക്കരയിലെ മണലിൽ വരിവരിയായി പോകുന്ന എറുമ്പിൻ നിരയെ നോക്കി കുത്തിയിരിക്കുന്ന ശങ്കരൻ.

Ext. ചെങ്കൽ ക്വാറി - Day

JCB മണ്ണെടുത്ത് തീരാറായ ഒരു കുന്നിൻമുകളിലിരിക്കുന്ന ശങ്കരൻ. അകലെ ഭൂമിയുടെ മാറ് തുരക്കുന്ന ജെ.സി.ബി. അവശേഷിക്കുന്ന കുന്നിൻ തുരുത്തിൽ ഒറ്റയ്ക്കു നിൽക്കുന്ന ഒരു മരം കടയോടെ പിഴുതു മാറ്റുന്ന ഒരു ജെ.സി.ബി. അത് നോക്കി കുന്നിൻമുകളിലിരിക്കുന്ന ശങ്കരൻ. ജെ.സി.ബി.യുടെ ഇരുമ്പിൻ കരങ്ങൾ. പിഴുതിടുന്ന വൃക്ഷവുമായി നീങ്ങുന്ന ജെ.സി.ബി.

Ext. മഞ്ജുശ്രീയുടെ വീട് - Day

ഒരു റേസർ ബ്ലേഡ് ഉപയോഗിച്ച് വീടിന്റെ കോലായിലിരുന്ന് നഖം വെട്ടുന്ന മഞ്ജുശ്രീ. അവളുടെ കാഴ്ചപ്പാടിൽ വീട്ടിലേക്ക് കയറിവരുന്ന ശങ്കരൻ.

മഞ്ജുശ്രീ

നീയെന്തിനാ ഇപ്പോ വന്നേ? നിനക്ക് കുറച്ചു ദിവസംകൂടി വിശ്രമിക്കാമായിരുന്നില്ലേ?

ശങ്കരൻ കോലായിൽ കിടന്ന മുളബെഞ്ചിലിരിക്കുന്നു.

ശങ്കരൻ
ഒറ്റയ്ക്കിരുന്നാൽ എനിക്ക് പ്രാന്തെടുക്കും.

മഞ്ജുശ്രീ ഇരുന്നിരുന്ന പലകയുമെടുത്ത് അകത്തേക്കു നടക്കുന്നു. അല്പനേരം അവിടിരുന്നതിനുശേഷം ശങ്കരൻ അവളെ അനുഗമിക്കുന്നു.

Ext. മഞ്ജുശ്രീയുടെ വീട് - Day

എരിയുന്ന അടുപ്പിനടുത്തിരിക്കുന്ന മഞ്ജുശ്രീ. മുറിയിലെ ബുക്ക് ഷെൽഫിനടുത്ത് നിന്ന് അംബേദ്കറുടെ കൃതികൾ വായിക്കുന്ന ശങ്കരനെ നോക്കുന്ന മഞ്ജുശ്രീ.

Ext. മഞ്ജുശ്രീയുടെ വീട് - Day

ബുദ്ധപ്രതിമയ്ക്ക് മുമ്പിൽ ഉള്ള ധർമ്മവിളക്ക് കൊളുത്തുന്ന മഞ്ജുശ്രീ. 8 അല്ലികളുള്ള ധർമ്മവിളക്കിൽ വിളക്ക് വെച്ച് ബുദ്ധപ്രതിമയ്ക്ക് നേരെ കൈ കൂപ്പുന്ന മഞ്ജുശ്രീ. അവളെ നോക്കി അടുത്തിരിക്കുന്ന ശങ്കരൻ. അവർ പരസ്പരം നോക്കുന്നു.

Ext. -മഞ്ജുശ്രീയുടെ വീട് - Night (Continues)

മഞ്ജുശ്രീയുടെ മടിയിൽ മുഖമമർത്തി കിടക്കുന്ന ശങ്കരൻ.

ശങ്കരൻ
എന്റെ ലോകം വല്ലാതെ ചെറുതാകുന്നു. മാളത്തി നകത്ത് ഇരുന്ന് വീർപ്പുമുട്ടുന്നപോലെ

മഞ്ജുശ്രീ മുഖം കുനിച്ച് അവന്റെ കാതിൽ മന്ത്രിക്കുന്നു.

മഞ്ജുശ്രീ
ശങ്കരനാണ് നീ. അവന്റെ മുഖം കൈയിലെടുത്ത് അവൾ അവന്റെ നെറ്റിയിൽ ചുംബിക്കുന്നു.

മഞ്ജുശ്രീ തുടരുന്നു

നിന്റെ നെറ്റിക്കണ്ണ് തുറക്ക്.

മഞ്ജുശ്രീ അവന്റെ മുഖം മാറിൽ ചേർത്ത് മൂർദ്ധാവിൽ ചുംബിക്കുന്നു.

മഞ്ജുശ്രീ
(Continues)
നമുക്ക് പുറത്തുള്ള ലോകം നീ കാണ് ശങ്കരാ

പപ്പിലിയോ ബുദ്ധ

Int. മഞ്ജുശ്രീയുടെ വീട് - Night

അഭൗമമായി പ്രകാശത്തിൽ തിളങ്ങുന്ന ബുദ്ധപ്രതിമയുടെ സമീപദൃശ്യം. ബുദ്ധനെ വട്ടമിട്ട് പറക്കുന്ന ഒരു രാത്രിശലഭം. പുറത്ത് രാപക്ഷികളുടെ സംഗീതം. സ്വപ്നത്തിലെന്നവണ്ണം തിരിയുന്ന ബുദ്ധപ്രതിമ. ശ്രീബുദ്ധനും താരാദേവിയുമായുള്ള ഒരു താന്ത്രിക് മൂർത്തിയായി ആ പ്രതിമ മാറുന്നു. ബുദ്ധന്റെ മടിയിൽ താരാദേവിയെന്നവണ്ണം, ശങ്കരന്റെ മടിയിൽ നഗ്നയായി ഇരിക്കുന്ന മഞ്ജുശ്രീ. പരസ്പരം വേഴ്ചയിലേർപ്പെടുന്ന ശങ്കരനും മഞ്ജുശ്രീയും. ആത്മീയ നിർഭരമായ അന്തരീക്ഷം.

Ext. ഗ്രാമപാത - Dusk

ഗ്രാമപാതയിലൂടെ ഓട്ടോ ഓടിച്ചുവരുന്ന മഞ്ജുശ്രീയുടെ വിദൂരദൃശ്യം. അവളുടെ ഓട്ടോറിക്ഷയ്ക്ക് കൈകാണിക്കുന്ന ഒരു മധ്യവയസ്കൻ.

മധ്യവയസ്കൻ
മോളേ, ആ കല്ലോടിക്കുന്ന് വരെ ഒന്ന് പോണമല്ലോ.

മഞ്ജുശ്രീ
ഞാൻ ആ വഴി പോവാറില്ല

മധ്യവയസ്കൻ
ഒന്നെന്നെ കൊണ്ടുവിട്ട് പോ മോളേ

എന്നുപറഞ്ഞ് അയാൾ ഓട്ടോയിൽ കയറുന്നു.

മഞ്ജുശ്രീ
ഇന്നത്തെ ഓട്ടം നിർത്തി ചേട്ടാ.

മധ്യവയസ്കൻ
ഒരു അത്യാവശ്യ കാര്യമുണ്ട് മോളെ. അതു കൊണ്ടാ.

മനസ്സില്ലാ മനസ്സോടെ വണ്ടിതിരിച്ച് തടാകത്തിനരികിലുള്ള ചെറുറോഡിലൂടെ മഞ്ജുശ്രീ വണ്ടിയോടിച്ച് പോകുന്നു. (വിദൂര ദൃശ്യം)

Int. മഞ്ജുശ്രീയുടെ ഓട്ടോറിക്ഷ - Night

ഇരുട്ടിലൂടെ ഓട്ടോറിക്ഷ ഓടിച്ചുപോകുന്ന മഞ്ജുശ്രീ. പിൻസീറ്റിലിരുന്ന് ആരോടൊക്കെയോ ഫോണിൽ സംസാരിക്കുന്ന മധ്യവയസ്കൻ.

Ext. മലയോര പാത - Night

ഒറ്റപ്പെട്ട ഇടവഴിയിലൂടെ ഓട്ടോ ഓടിച്ചുപോകുന്ന മഞ്ജുശ്രീയുടെ വിദൂര ദൃശ്യം

Int. മഞ്ജുശ്രീയുടെ ഓട്ടോ - Night

ഓട്ടോ ഓടിക്കുന്ന മഞ്ജുശ്രീയുടെ ക്ലോസപ്പ് ദൃശ്യം. മഞ്ജുശ്രീയുടെ ഓട്ടോയുടെ rear view mirror-ൽ പതിയുന്ന പിന്നാലെ വരുന്ന വാഹനത്തിന്റെ head light -

മഞ്ജുശ്രീയുടെ ഭീതിനിറഞ്ഞ മുഖം

Ext. മലമ്പ്രദേശം - Night

ഇടവഴിയിലൂടെ കടന്നുപോകുന്ന മഞ്ജുശ്രീയുടെ ഓട്ടോ. അതിനെ പിന്തുടർന്ന് നിരനിരയായി വരുന്ന മറ്റനേകം ഓട്ടോകൾ.

Int. മഞ്ജുശ്രീയുടെ ഓട്ടോ - Night

ഓട്ടോറിക്ഷയിലിരുന്ന് സിഗരറ്റ് കത്തിക്കുന്ന മധ്യവയസ്കൻ.

മഞ്ജുശ്രീ

ചേട്ടനെങ്ങോട്ടാ പോവണ്ടേ?

മധ്യവയസ്കൻ

ദാ, ഈ കുന്നുവരെ മോളെ

Ext. മലമുകളിലെ കുറ്റിച്ചെടികൾ നിറഞ്ഞ ഒരു പ്രദേശം - Night

മഞ്ജുശ്രീയുടെ ഓട്ടോയെ പിൻതുടർന്നെത്തുന്ന ഓട്ടോറിക്ഷകളുടെ ഒരു വൻനിര.

Int. മഞ്ജുശ്രീയുടെ ഓട്ടോറിക്ഷ - Night

ഓട്ടോ ഓടിക്കുന്ന മഞ്ജുശ്രീയുടെ ഭീതികലർന്ന മുഖം.

Ext. കുന്നിൻമുകൾ - Night

കുന്നിൻമുകളിൽ വണ്ടിനിർത്തുന്ന മഞ്ജുശ്രീ. അവളുടെ പിന്നാലെ എത്തിയ ഓട്ടോറിക്ഷകൾ മഞ്ജുശ്രീയുടെ ഓട്ടോയെ വട്ടമിട്ട് പായുന്നു. അതിൽ ഓട്ടോസ്റ്റാന്റിലെ നിരവധി തൊഴിലാളികൾ, മഞ്ജുശ്രീ നേരത്തെ മുഖത്തടിച്ച ഡ്രൈവർ ദാസപ്പനുമുണ്ട്. അവരുടെ ആക്രോശങ്ങൾ, തെറിവിളികൾ.

Ext. കുന്നിൻമുകൾ - Night

അവളെ വട്ടമിട്ട് പറക്കുന്ന ഓട്ടോറിക്ഷകൾ. ഒന്നിൽനിന്ന് വിളിച്ചുകൂവുന്ന ദാസപ്പൻ.

ദാസപ്പൻ
കള്ള തേവിടിശ്ശി കൂത്തിച്ചി മോളേ, ഈ ദാസപ്പനെ
തല്ലീട്ടു കഴിഞ്ഞുകൂടാമെന്നു കരുതിയല്ലേടി
പെലയാടി.

ദാസപ്പൻ
(Continues)

ആണുങ്ങളോട് കളിച്ചാൽ കളി ഞാൻ കാണിച്ചുതരാടി.

അവളുടെ ഓട്ടോയെ വട്ടമിട്ട് പായുന്ന ഓട്ടോറിക്ഷകളുടെ ഒരു ക്ലോസപ്പ് ദൃശ്യം. അതിൽ പതിച്ചിരിക്കുന്ന വിവിധ ദൈവങ്ങളുടെയും വിപ്ലവനായ കരുടേയും ചിത്രങ്ങൾ വ്യക്തമായി കാണാം. ഓട്ടോറിക്ഷയിൽ നിന്ന് ഇറങ്ങി ഓടാൻ ശ്രമിക്കുന്ന മഞ്ജുശ്രീയെ പിന്നിലിരിക്കുന്ന മധ്യവയസ്കൻ വട്ടമിട്ട് പിടിക്കുന്നു.

ദാസപ്പൻ
വിടരുത് ആ കൂത്തിച്ചിയെ, പിടിക്കവളെ

മഞ്ജുശ്രീ പിൻകാലുകൊണ്ട് മധ്യവയസ്കന്റെ നാഭിക്ക് ചവിട്ടുന്നു. ഒരു നിമിഷം പിടിവിട്ട അയാളിൽനിന്ന് അവൾ കുതറി ഓടുന്നു. ദാസപ്പൻ അവളുടെ പിന്നാലെ പായുന്നു.

Ext. മലമുകൾ - Night

പിന്നാലെ ഓടിയെത്തി മഞ്ജുശ്രീയുടെ മുടിക്കെട്ടിൽ പിടിക്കുന്ന ദാസപ്പൻ.

ദാസപ്പൻ
ദാസപ്പനേംകൊണ്ട് നീയെങ്ങോട്ടാടീ പോകുന്നത്
നിന്റമ്മേടെ കൂറ്റിലിലേക്കോ.

തറയിൽ വീണ മഞ്ജുശ്രീയെ മുടിക്കുത്തിന് പിടിച്ച് വലിച്ചിഴച്ച് ദാസപ്പൻ ഓട്ടോ വെളിച്ചത്തിലേക്ക് കൊണ്ടുവരുന്നു.

ദാസപ്പൻ
(Continues)

ഇന്ന് ഞങ്ങള് മാരിക്കളം തീർക്കാമെടി നിന്നേ
ക്കൊണ്ട്. വാടി, വരാൻ. വാടി പെലയാടി മോളേ,
കാണിച്ചുതരാമെടി.

ദാസപ്പൻ
(Continues)

ഊരെടാ, ഷർട്ട് ഊരെടാ.

മഞ്ജുശ്രീയെ വട്ടമിട്ട് നിൽക്കുന്ന തൊഴിലാളികൾ. അവളുടെ വസ്ത്രങ്ങൾ ഒന്നൊന്നായി കീറിയെറിയുന്നു. അലറിക്കരയുന്ന മഞ്ജുശ്രീ. അവളെ ആക്രമിക്കുന്ന പുരുഷന്മാരെ കുതറി ഓടുന്ന മഞ്ജുശ്രീ. അവൾ പൂർണ്ണ നഗ്നയാണ്. അവളുടെ പിന്നാലെ പായുന്ന ഒരു കൂട്ടം പുരുഷന്മാർ. കുറ്റിക്കാടുകൾക്കിടയിൽ വീഴുന്ന മഞ്ജുശ്രീ പിടിക്കപ്പെടുന്നു. അവളെ ഊഴമിട്ട് ബലാൽസംഗം ചെയ്യുന്ന ഓട്ടോറിക്ഷക്കാർ. കഴിഞ്ഞവർ താന്താങ്ങളുടെ ഓട്ടോറിക്ഷയിൽ കയറി സ്ഥലം വിടുന്നു. ഒരു ജേതാവിനെപ്പോലെ തന്റെ ഓട്ടോറിക്ഷയിൽ ചാരിനിന്ന് സിഗരറ്റ് വലിക്കുന്ന ദാസപ്പൻ.

ദാസപ്പനടുത്തേക്ക് ഓടിവരുന്ന ഒരു ഡ്രൈവർ.

ഡ്രൈവർ

ദാസപ്പേട്ടാ ആ പൊലക്കള്ളിപ്പെണ്ണ് ചത്തന്നാ തോന്നണേ

അയാൾ അയാളുടെ ഓട്ടോയിൽ കയറി വേഗത്തിൽ ഓടിച്ചുപോകുന്നു.

Ext. മലമുകൾ - Night

കുറ്റിച്ചെടികൾക്കിടയിൽ മൃതപ്രായയായി കിടക്കുന്ന മഞ്ജുശ്രീ. അവൾക്കരികിൽ വന്ന് അവൾക്ക് ജീവനുണ്ടോ എന്ന് പരിശോധിക്കുന്ന ദാസപ്പൻ. അയാൾ മുണ്ട് പൊക്കി അവളുടെ ശരീരത്തിൽ മൂത്രമൊഴിക്കുന്നു. കാർക്കിച്ച് തുപ്പുന്നു.

Ext. മലമുകൾ - Night (continues)

മഞ്ജുശ്രീയുടെ ഓട്ടോയ്ക്ക് നേരെ ഓടിയടുക്കുന്ന ദാസപ്പൻ. കാലുമടക്കി അതിൽ ചവിട്ടുന്നു. തന്റെ ഓട്ടോയിൽനിന്നും പെട്രോൾ എടുത്ത് മഞ്ജുശ്രീയുടെ ഓട്ടോ കത്തിക്കുന്ന ദാസപ്പൻ.

Ext. മലമുകൾ - Night (continues)

തീ ആളിപ്പടരുന്ന ഓട്ടോറിക്ഷ. കത്തിയെരിയുന്ന ഓട്ടോറിക്ഷയെ നോക്കി അല്പനേരം നിന്ന ദാസപ്പൻ താൻ വന്ന ഓട്ടോറിക്ഷയിൽ കയറി മടങ്ങുന്നു.

Ext. മലമുകൾ - Night (continues)

ആളിക്കത്തുന്ന മഞ്ജുശ്രീയുടെ ഓട്ടോറിക്ഷ. ഓട്ടോറിക്ഷയിൽ പതിച്ചിരിക്കുന്ന ബുദ്ധന്റെ ചിത്രം. കത്തിയെരിയുന്നതിന്റെ ക്ലോസപ്പ് ദൃശ്യം. കുന്നിൻമുകളിലെ ഏകാന്തതയിൽ എരിയുന്ന ഓട്ടോറിക്ഷയുടെ വിവിധ ദൃശ്യങ്ങൾ. അല്പം അകലെ ചലനമറ്റ് കിടക്കുന്ന മഞ്ജുശ്രീയുടെ ശരീരം.

Int. ഹോസ്പിറ്റൽ - Day

ബോധരഹിതയായി ഐ.സി.യു.വിൽ കിടക്കുന്ന മഞ്ജുശ്രീ. അവളുടെ തലയിലും മുഖത്തും ചുണ്ടുകളിലും മുറിവുകൾ ഉണ്ട്. അവളുടെ ബെഡ്ഡിന് അരികിൽ ഒരു സ്റ്റൂളിൽ ഇരിക്കുന്ന കരിയൻ.

Int. ഹോസ്പിറ്റൽ വരാന്ത - Day

മഞ്ജുശ്രീയുടെ മുറിക്കു പുറത്ത് കാവൽ നിൽക്കുന്ന പൊലീസ്. ശങ്കരനും മറ്റു ദളിത് ആക്ടിവിസ്റ്റുകളും പുറത്തുനിൽക്കുന്നു.

Ext. SEEM office -Day

ഓഫീസിന്റെ വരാന്തയിലും മുറ്റത്തുമായി വിവിധ ജോലികളിൽ ഏർപ്പെട്ടിരിക്കുന്ന എൻ.ജി.ഒ. ആക്ടിവിസ്റ്റുകൾ. എൻ.ജി.ഒ. ലീഡർ ഡോ. പ്രസന്നരാജൻ ഒരു ബോർഡ് എഴുതുകയാണ്.

"Arrest the Rapist of Manjusree", "Justice for Manjusree" -തുടങ്ങിയ മുദ്രാവാക്യങ്ങൾ പ്ലക്കാർഡുകളിൽ എഴുതുന്ന വിവിധ ആക്ടിവിസ്റ്റുകൾ.

Ext. ഗ്രാമപാത - Night

ദളിത് Rights Activist-കളുടെ ഒരു പന്തംകൊളുത്തി പ്രകടനം. കറുത്ത ടീ ഷർട്ടും നീല ജീൻസും ധരിച്ച ഒരുകൂട്ടം യുവാക്കൾ കൈയിൽ തീപ്പന്തവുമേന്തി തെരുവിലൂടെ മുദ്രാവാക്യം മുഴക്കി നീങ്ങുന്നതിന്റെ ഒരു വിദൂര ദൃശ്യം.

ദളിത് റൈറ്റ്സ് മൂവ്മെന്റ് പ്രവർത്തകർ : "ജാതീയ പൊലീസ് തുലയട്ടെ. ജാതീയ മർദ്ദനം അവസാനിപ്പിക്കുക. മഞ്ജുശ്രീയെ പീഡിപ്പിച്ചവരെ ഉടൻ അറസ്റ്റ് ചെയ്യുക. സവർണ്ണ ബലാൽസംഗികളെ ഒറ്റപ്പെടുത്തൂ. ജാതിമർദ്ദനം അവസാനിപ്പിക്കുക."

Ext. ഗ്രാമത്തിലെ തെരുവ് - ഓട്ടോസ്റ്റാന്റ് - Night

നിരനിരയായി പാർക്ക് ചെയ്തിരിക്കുന്ന ഓട്ടോ സ്റ്റാന്റിലൂടെ മുദ്രാവാക്യം വിളിച്ച് നീങ്ങുന്ന Dalit Rights Activist-കൾ.

Dalit Rights Activists

ഞങ്ങൾ ദളിതർ ആരുടേയും ഹരിജനങ്ങളല്ല. ഈ ഭൂമിയുടെ അവകാശികൾ Dalit Rights Movement സിന്ദാബാദ്.

Ext. street - Night continues

മുദ്രാവാക്യം വിളിച്ചുകൊണ്ട് നീങ്ങുന്ന ദളിത് പ്രവർത്തകരിൽ ഒരാൾ തന്റെ കൈയിലിരുന്ന പന്തം ഒരു ഓട്ടോറിക്ഷക്കുനേരെ വലിച്ചെറിയുന്നു.

Int./Ext. ഗ്രാമത്തിലെ ഒരു ദലിത് കുടിൽ - Night

ഒരു ദളിത് ആക്ടിവിസ്റ്റിന്റെ കുടിലിനുമുമ്പിൽ വന്നുനിൽക്കുന്ന പൊലീസ് ജീപ്പ്. അതിൽനിന്നിറങ്ങുന്ന പൊലീസുകാർ കുടിലിനുള്ളിൽ പാഞ്ഞുകയറുന്നു. ഉറങ്ങിക്കിടന്നിരുന്ന ഒരു ദളിത് യുവാവിനെ അവർ തൂക്കിയെടുത്ത് വണ്ടിയിലേക്കിടുന്നു. സ്ത്രീകളും കുട്ടികളും കൂട്ടത്തോടെ കരയുന്നു.

Ext. കുടിൽ - Night continues

ഒരു ദളിത് യുവാവിനെ വീട്ടിൽനിന്ന് വലിച്ചിറക്കി കൊണ്ടുവരുന്ന പൊലീസിനെ തടയുന്ന അയാളുടെ ഭാര്യ. അവർ ഗർഭിണിയാണ്. തന്റെ ഭർത്താവിനെ ആക്രമിക്കുന്ന പൊലീസുകാരന്റെ മുഖത്ത് അവൾ തുപ്പുന്നു. രോഷാകുലനായ പൊലീസുകാരൻ അവളുടെ വീർത്ത വയറിൽ ചവിട്ടുന്നു. വേദനകൊണ്ട് പുളഞ്ഞ അവൾ പിന്നോട്ട് മറിയുന്നു.

Ext. കുടിൽ - Night continues

ദളിത് യുവാക്കളെ കുത്തിനിറച്ച് പാഞ്ഞുപോകുന്ന പൊലീസ് ജീപ്പ്. രക്തമൊലിച്ച് മുറ്റത്ത് വീണുകിടക്കുന്ന ഗർഭിണിയായ സ്ത്രീ. അവളെ ആശ്വസിപ്പിക്കുന്ന ഒരു വൃദ്ധ. പേടിച്ചരണ്ട കുട്ടികൾ.

Ext. ഗാന്ധിസേവാസമിതി മന്ദിരം - Day

തൂവെള്ള വസ്ത്രം ധരിച്ച സ്ത്രീകളും പുരുഷന്മാരും പണിയെടുക്കുന്ന ഗാന്ധിസേവാസമിതിയുടെ ആശ്രമവളപ്പ്. പൊലീസ് അകമ്പടിയോടെ ആശ്രമത്തിലേക്ക് വരുന്ന ഒരു സ്റ്റേറ്റ് കാർ. കാറിൽ നിന്നിറങ്ങുന്ന മന്ത്രി. വെളുത്ത് ദീർഘകായനായ ഒരു എഴുപതുകാരൻ. അയാളെ സ്വീകരിക്കാൻ ആശ്രമ അധിപനായ ശ്രീ. രാംദാസ്ജിയും അനുയായികളും എത്തുന്നു. തൂവെള്ള വസ്ത്രം ധരിച്ച രാംദാസ്. എഴുപതിനോടടുത്ത പ്രായം. തലയിൽ ഗാന്ധിത്തൊപ്പി വെച്ചിരിക്കുന്നു. അനുയായികളെല്ലാം വെളുത്ത ഖദർധാരികളാണ്. രാംദാസ്ജി മന്ത്രിയെ തന്റെ ഓലമേഞ്ഞ ആശ്രമത്തിലേക്ക് സ്വീകരിച്ചിരുത്തുന്നു.

Int. ഗാന്ധിസേവാ മന്ദിരം - Day

വളരെ ലളിതമായ ആശ്രമത്തിൽ വലിയ ഒരു ഗാന്ധിയുടെ ചിത്രവും ഒരു ചർക്കയുമുണ്ട്. തറയിൽ വിരിച്ചിരിക്കുന്ന കുഷ്യനുകളിൽ എല്ലാവരും ചമ്രം പടിഞ്ഞിരിക്കുന്നു. മന്ത്രിയും രാംദാസ്ജിയും ചിരകാല സുഹൃത്തുക്കളാണെന്ന് അവരുടെ ശരീരഭാഷയിൽനിന്ന് വ്യക്തം.

മന്ത്രി

മേപ്പാറയിലെ ദളിതർ സർക്കാരിനെ ശരിക്കും പ്രതിസന്ധിയിലാക്കിയിരിക്കുകയാണ്. ദാസ്ജി ഞങ്ങളെ ഒന്ന് സഹായിക്കണം. മേപ്പാറയിൽ കഴിഞ്ഞ ദിവസം നടന്ന സംഭവങ്ങളൊക്കെ ദാസ്ജിയ്ക്കറിയാലോ. ഏഴുദിവസത്തിനകം കുടിയേറ്റക്കാരെ എല്ലാം ഒഴിപ്പിക്കണമെന്നാണ് കോടതി ഉത്തരവ്. സമാധാനപരമായി ഒന്നും ചെയ്യാൻ കഴിയാത്ത അവസ്ഥയാണ്. സമാധാനദൂതനാണല്ലോ ദാസ്ജി.

ദാസ്ജി ഒന്നും മിണ്ടുന്നില്ല. ആലോചനയിൽ മുഴുകിയിരിക്കുന്ന ദാസ്ജി സാവധാനത്തിൽ

ദാസ്ജി

നിരാഹാര സത്യാഗ്രഹം ഒരു തേഞ്ഞ ആയുധമാണെന്നാണല്ലോ ഇന്നത്തെ ചെറുപ്പക്കാരുടെ വ്യാഖ്യാനം.

ദാസ്ജി
(Continues)

സത്യാഗ്രഹം കൊണ്ട് ബ്രിട്ടീഷുകാരെ തോല്പിച്ച ഗാന്ധിമാർഗ്ഗമാണ് ഭാരതത്തിന്റെ ശാന്തിമന്ത്രം.

ദാസ്ജി
(Continues)

ഒരു പ്രതിസന്ധി വന്നാൽ നിരാഹാരം പോലെ മറ്റൊരു നല്ല സമരമാർഗ്ഗമില്ല.

ദാസ്ജി
(Continues)

മേപ്പാറയിലെ ഹരിജനങ്ങളെ നിരാഹാരത്തിലൂടെ ഞാൻ സമാധാനത്തിന്റെ മാർഗ്ഗത്തിലേക്ക് തിരിച്ചു കൊണ്ടുവരും.

മന്ത്രി

മതി. അത് സാധിച്ചുതന്നാൽ മതി. മേപ്പാറയിലെ ദാസ്ജിയുടെ നിരാഹാരത്തിനു വേണ്ടിയുള്ള ഒരുക്കങ്ങളൊക്കെ പാർട്ടി ചെയ്ത് തരും.

ദാസ്ജി

എങ്കിൽ പഞ്ചാംഗം നോക്കി നല്ലൊരു മുഹൂർത്തം നിശ്ചയിച്ച് ഞാൻ അറിയിക്കാം.

മന്ത്രി

ദാസ്ജിയെ വണങ്ങി എഴുന്നേൽക്കുന്നു.

Int. Hospital - Day

കട്ടിലിൽ എഴുന്നേറ്റിരുന്ന് കഞ്ഞി കുടിക്കുന്ന മഞ്ജുശ്രീ, അവളുടെ തല യിൽ ഒരു വലിയ കെട്ടുണ്ട്. അവൾ കഞ്ഞി കുടിക്കുന്നത് നോക്കി അടു ത്തിരിക്കുന്ന കരിയൻ. ശരീരം മുഴുവൻ വേദനിക്കുന്നുണ്ടെന്ന് മഞ്ജു ശ്രീയുടെ മുഖഭാവത്തിൽ നിന്നറിയാം. കഞ്ഞി കുടിക്കുന്നതിനിടയിൽ കരിയേട്ടനെ ദയനീയമായി നോക്കുന്ന മഞ്ജുശ്രീ.

Int. മഞ്ജുശ്രീയുടെ വീട് - Night

കണ്ണാടിക്ക് മുമ്പിൽനിന്ന് തന്റെ മുറിവുകൾ പരിശോധിക്കുന്ന മഞ്ജുശ്രീ. വേദനയോടെയെങ്കിലും തലയിലെ കെട്ടഴിക്കുന്ന മഞ്ജുശ്രീ. തലയിലെ മുറിവേറ്റ ഭാഗത്തെ തലമുടി മുഴുവനായി പോയിരിക്കുന്നു. ഒരു കത്രിക കൊണ്ട് ശേഷിക്കുന്ന മുടികൂടി വെട്ടിക്കളയുന്ന മഞ്ജുശ്രീ.

Int. മഞ്ജുശ്രീയുടെ വീട് - Night (continues)

ബുദ്ധപ്രതിമയ്ക്ക് മുന്നിൽ ധ്യാനിക്കുന്ന മഞ്ജുശ്രീ. അവളുടെ തല മുണ്ഡനം ചെയ്യപ്പെട്ടിരിക്കുന്നു.

Ext. ഗാന്ധിസേവാസമിതി മന്ദിർ - Day

പത്രസമ്മേളനം നടത്തുന്ന രാംദാസ്ജി. മീഡിയ പ്രവർത്തകരുടെ ചോദ്യ ങ്ങൾക്ക് മറുപടി പറയുന്ന രാംദാസ്ജി.

ഒരു മാധ്യമപ്രവർത്തക

മേപ്പാറ പ്രശ്നം പരിഹരിക്കാൻ എന്ത് ഫോർമുല യാണ് ദാസ്ജിയുടെ കയ്യിലുള്ളത്.

ദാസ്ജി

ഒരു ഗാന്ധിയന് നിരാഹാരമല്ലാതെ മറ്റെന്ത് ഫോർമുല....

മറ്റൊരു മാധ്യമപ്രവർത്തകൻ

മേപ്പാറയിലെ ദളിതർ സമരഭൂമിയിലേക്ക് അങ്ങയെ പ്രവേശിപ്പിക്കുമോ?

ദാസ്ജി

ഗാന്ധിജി നവഖാലിയിലേക്ക് പോയില്ലേ. അത്ര പ്രയാസമുള്ള കാര്യമൊന്നുമല്ലല്ലോ. നമുക്ക് നമ്മുടെ ഹരിജനങ്ങളുടെ അടുത്തേക്ക് പോകാൻ.

മാധ്യമപ്രവർത്തക

ചില പ്രമുഖ ആക്ടിവിസ്റ്റുകൾ, മേപ്പാറ സമരത്തെ ന്യായീകരിക്കുന്നുണ്ടല്ലോ.

ദാസ്ജി

ഈ സമരക്കാരെ ഇങ്ങനെ കയറൂരി വിട്ടാൽ, ആദ്യം പുൽപ്പള്ളി, പിന്നെ ചെങ്ങറ, മേപ്പാടി. ദാ ഇപ്പോ മേപ്പാറ. ഹരിജനങ്ങൾ ഇങ്ങനെ വനഭൂമി കയ്യേറാൻ തുടങ്ങിയാൽ ഇവിടെ സാധാരണ ക്കാർക്ക് സമാധാനമായി ജീവിക്കാൻ പറ്റ്വോ.

മാധ്യമപ്രവർത്തകൻ

ദാസ്ജി എന്നാണ് നിരാഹാരം തുടങ്ങുക?

ദാസ്ജി

(ചിരിച്ചുകൊണ്ട്)

അതൊക്കെ ഞാൻ നിങ്ങളെ അറിയിച്ചേ തുടങ്ങൂ.

Int. സമരഭൂമിയിലെ കുടിൽ - Day

കരിയേട്ടന്റെ നേതൃത്വത്തിൽ ഒരു സംഘം ദളിത് യുവാക്കൾ വിളിച്ചു കൂട്ടിയ ഒരു മീറ്റിങ്ങ്. Dalit Rights Movement ന്റെ യൂണിഫോം ആയ കറുത്ത ടീ ഷർട്ടും നീല ജീൻസും ധരിച്ച യുവാക്കളാണ് അവർ. അവ രോടൊപ്പം ശങ്കരനുമുണ്ട്.

പ്രതാപൻ

നമുക്കത് അനുവദിക്കാൻ പറ്റില്ല. നമ്മുടെ ഭൂമിയി ലേക്ക് ആരെയും കയറ്റുന്ന പ്രശ്നമില്ല.

മറ്റൊരാൾ

അതിനെകുറിച്ച് ഒരു ചർച്ചയേ വേണ്ട

സുജാത

എല്ലാവരും ഒന്നു മിണ്ടാതിരിക്കൂ. കരിയേട്ടൻ പറയട്ടെ.

അത്രനേരം മൗനിയായിരുന്ന കരിയൻ

കരിയൻ

നമ്മൾ അങ്ങോട്ട് പോണ്ട. ഇങ്ങോട്ട് വന്നാൽ രാമ ദാസിനോട് നമുക്ക് സംസാരിച്ചുകൂടെ എന്നാണ് എന്റെ അഭിപ്രായം.

ശങ്കരൻ

ഇങ്ങോട്ട് വന്നാൽ ചർച്ച ചെയ്യാൻ പറ്റില്ല. ഒരു ദളിത് പെൺകുട്ടിയെ ഹിന്ദുക്കളും സവർണ്ണരും ചേർന്ന് പിച്ചിച്ചീന്തിയപ്പോൾ എവിടെയായിരുന്നു രാംദാസ്?

എല്ലാവരും മൗനമായിരിക്കുന്നു.

ശങ്കരൻ
(Continues)

നമ്മുടെ സമരത്തെ ചതിക്കാനാണ് രാംദാസിനെ പ്പോലുള്ള അഭിനവ ഗാന്ധിമാർ സമരഭൂമിയിലേക്ക് കടന്നുവരുന്നത്.

ശങ്കരൻ
(Continues)

1932-ൽ യെർവാദ ജയിലിൽ ഗാന്ധി നടത്തിയ സത്യാഗ്രഹത്തെ കുറിച്ച് ദാദാസാഹേബ് പറഞ്ഞ തുപോലെ നീചവും വൃത്തികെട്ടതുമായ ഒരു സമ്മർദ്ദ തന്ത്രമാണ് ഈ സത്യാഗ്രഹം.

ശങ്കരൻ
(Continues)

രാംദാസിന്റെ സത്യാഗ്രഹം നമ്മൾ മേപ്പാറയിൽ അനുവദിക്കരുത്. അനുവദിച്ചാൽ അവർ നമ്മെ കുടിയിറക്കും.

Int. ശങ്കരന്റെ വീട് - Day

ഭിത്തിയിലെ ചിത്രങ്ങളിൽ നോക്കി നിൽക്കുന്ന കരിയൻ. സാവധാന ത്തിൽ ഭിത്തിയിലെ ഇ.എം.എസിന്റെ ചിത്രം മാറ്റി പകരം ബുദ്ധന്റെ ചിത്രം വെക്കുന്നു. അതിലേക്ക് ഉറ്റുനോക്കിനിൽക്കുന്ന കരിയൻ.

Ext. മേപ്പാറ സമരഭൂമി - Day

ഭൂസമരത്തിൽ പങ്കാളികളായ ദളിതരും ആദിവാസികളുമായ ആബാല വൃദ്ധം ജനങ്ങൾക്കിടയിലൂടെ ഒരു കൂറ്റൻ ബുദ്ധ പ്രതിമയും തോളിലേറ്റി നടന്നുവരുന്ന Dalit Right Movement-ന്റെ പ്രവർത്തകർ. എല്ലാവരും കറുത്ത ടീ ഷർട്ടും ജീൻസുമാണ് ധരിച്ചിരിക്കുന്നത്. അവർക്കു മുന്നിൽ കൈയിൽ ഒരു കൊച്ചുവിളക്കുമായി തല മുണ്ഡനം ചെയ്ത മഞ്ജുശ്രീ യുമുണ്ട്. സമരഭൂമിക്ക് നടുവിലെ തറയിൽ പ്രതിമ പ്രതിഷ്ഠിക്കുന്ന Dalit

പപ്പിലിയോ ബുദ്ധ

Rights പ്രവർത്തകർ. ബുദ്ധ പ്രതിമയ്ക്കടുത്തുള്ള തറയിൽ കയറിനിന്നു കൊണ്ട് ശങ്കരൻ സംസാരിക്കുന്നു. മറ്റുള്ളവർ അത് ഏറ്റുപറയുന്നു.

ശങ്കരൻ

ഞങ്ങൾ ആരുടേയും ഹരിജനങ്ങളല്ല. ഞങ്ങൾ ഈ ഭൂമിയുടെ അവകാശികളായ ആദിഗോത്ര ജനതയാണ്.

Ext. മേപ്പാറ സമരഭൂമി – Day continues

ശങ്കരൻ
(Continues)

ഇന്ത്യൻ സവർണ്ണ നേതാക്കൾ ഗാന്ധി അടക്ക മുള്ളവർ ദളിതരെ വഞ്ചിക്കുകയായിരുന്നു. മർദ്ദക രുടെ മതമായ ഹിന്ദുമതവും സനാതനധർമ്മവും ഗാന്ധി ദളിതർക്ക് എതിരെ ഉപയോഗിച്ച മൂർച്ച യേറിയ ആയുധങ്ങളായിരുന്നുവെന്ന് നാം തിരിച്ച റിയണം. ഞങ്ങളിതാ ഹിന്ദുമതം ഉപേക്ഷിക്കുന്ന തായി പ്രഖ്യാപിക്കുന്നു.

മഞ്ജുശ്രീ

ഞങ്ങളിതാ ഹിന്ദുമതം ഉപേക്ഷിക്കുന്നതായി പ്രഖ്യാപിക്കുന്നു.

എല്ലാവരും അതേറ്റുപറയുന്നു. മഞ്ജുശ്രീ ഒരു മുല്ലമാല ബുദ്ധവിഗ്രഹത്തിൽ ചാർത്തുന്നു. എല്ലാവരും ബുദ്ധശരണം മുഴക്കുന്നു.

ബുദ്ധം ശരണം ഗച്ഛാമി
ധർമ്മം ശരണം ഗച്ഛാമി
സംഘം ശരണം ഗച്ഛാമി

മഞ്ജുശ്രീ ബുദ്ധവിഗ്രഹത്തിന് മുന്നിലുള്ള ധർമ്മവിളക്കിന്റെ എല്ലാ അല്ലികളിലും ദീപം കൊളുത്തുന്നു.

Ext. സമരഭൂമി ചെക്ക്പോസ്റ്റ് - Day

രാംദാസ്ജിയുടെ നേതൃത്വത്തിൽ ഒരു സംഘം ഗാന്ധിയന്മാർ ഗാന്ധി ഭജൻ പാടിക്കൊണ്ട് സമരഭൂമിയുടെ ചെക്ക്പോസ്റ്റ് കടന്നുവരുന്നു. അവർ ഗാന്ധി ചിത്രങ്ങൾ കൈയിലേന്തിയിട്ടുണ്ട്. എല്ലാവരും ഖദർ ധാരികളാണ്.

ഗാന്ധിയന്മാർ

'രഘുപതി രാഘവ രാജാറാം
പതീതപാവന സീതാറാം"

സമരഭൂമിയുടെ കവാടം നിറയെ പോലീസും Media പ്രവർത്തകരേയും കൊണ്ട് നിറഞ്ഞിരിക്കുന്നു.

Ext. സമരഭൂമി - Day

ഭൂസമരപ്രവർത്തകർ കൂട്ടത്തോടെ മുദ്രാവാക്യം മുഴക്കുന്നു.

പ്രവർത്തകർ

സത്യാഗ്രഹി രാംദാസ് തിരിച്ചുപോവുക.
അഭിനവ ഗാന്ധിമാർ തുലയട്ടെ.

Ext. സമരഭൂമി കവാടം- Day

പൊലീസുകാർക്കൊപ്പം ജില്ലാ കളക്ടറും എത്തിയിട്ടുണ്ട്. ജില്ലാ കളക്ടർ തമിഴ് കലർന്ന മലയാളം സംസാരിക്കുന്ന ഒരു ചെറുപ്പക്കാരിയാണ്. ജില്ലാ കളക്ടർ മെഗാഫോണിലൂടെ വിളിച്ചുപറയുന്നു.

ജില്ലാ കളക്ടർ

എല്ലാവർക്കും എന്റെ നമസ്കാരം. നിങ്കൾ എല്ലാവരും ഇവിടെ നിയമവിരുദ്ധമായാണ് കൂടിയിരിക്കുന്നത്.

ജില്ലാ കളക്ടർ
(Continues)

ആദരണീയ രാംദാസി അവർകളെ വനഭൂമിയിൽ പോവത്ക്ക് വഴി താങ്ക്.

Ext. സമരഭൂമി - Day continues

മുദ്രാവാക്യം

ജാതിപീഡകൻ രാംദാസ് തിരിച്ചുപോവുക
ആളുകൾ അതേറ്റുവിളിക്കുന്നു.
അയ്യങ്കാളി കീ ജയ്
സവർണ്ണ ബലാൽസംഗികൾ തിരിച്ചുപോവുക

കളക്ടർ (OS)
ഞാൻ റിക്വസ്റ്റ് ചെയ്യുന്നു. ദയവായി പ്രവോകേറ്റീവ്
ആയ slogans ഉപയോഗിക്കരുത്

Ext. സമരഭൂമി കവാടം - Day continues

കളക്ടർ
ഒരു ഡിസ്ട്രിക്ട് കളക്ടറുടെ കപ്പാസിറ്റിയിൽനിന്ന്
ഞാൻ നിങ്ങളോട് റിക്വസ്റ്റ് ചെയ്യുകയാണ്. ദയ
വായി ഇവിടെനിന്നും ഒഴിഞ്ഞുപോവുക.

Please clear the premises. So Ramdas can continue his peace mission.

Ext. -സമരഭൂമി - Day continues

എല്ലാവരും
അഭിനവഗാന്ധിമാർ തുലയട്ടെ. അയ്യങ്കാളി കീ ജയ്.

ഇതിനിടയിൽ ഒരു ദളിത് പ്രവർത്തകൻ ഗാന്ധിജിയുടെ കോലവുമായി വരുന്നു. അത് അയാൾ സമരഭൂമിയിൽ നാട്ടുന്നു.

Ext. സമരഭൂമി കവാടം - Day continues

കളക്ടർ

Please don't force us to use force on you.

പൊലീസിനേയും കളക്ടറേയും മറികടന്ന് രാംദാസ്ജിയും കൂട്ടരും സമര ഭൂമിയിലേക്ക് പ്രവേശിക്കുന്നു. സമരഭൂമിയിൽനിന്ന് തീക്ഷ്ണമായ മുദ്രാ വാക്യങ്ങളോടെ ദളിത് ആക്ടിവിസ്റ്റുകൾ ചെറുത്ത് നിൽക്കുന്നു. ഇതി നിടയിൽ ഗാന്ധിയുടെ കോലത്തിൽ ചെരിപ്പുമാലയിടുന്ന ഒരു പെൺകുട്ടി. മറ്റൊരാൾ ഗാന്ധിയുടെ കോലത്തിന് തീ കൊളുത്തുന്നു. ചെരുപ്പ് മാല യുമായി കത്തിയെരിയുന്ന ഗാന്ധിയുടെ കോലം.

Police Officer

അടിച്ചുനെരത്തെടാ, ആ പെലയാടി മക്കളെ.

സമരക്കാർക്ക് നേരെ ലാത്തിച്ചാർജ്ജ് നടത്തുന്ന പൊലീസുകാർ. പൊലീസ് സമരക്കാരെ ക്രൂരമായി അടിച്ചമർത്തുന്നു. അവരുടെ കുടിലു കൾ തല്ലിത്തകർക്കുന്നു. അയ്യങ്കാളിയുടേയും അംബേദ്കറുടേയും ചിത്ര ങ്ങൾക്ക് തീയിടുന്നു. ഗാന്ധിമന്ത്രം പാടി മുന്നേറുന്ന ഗാന്ധിയന്മാർ. ചിതറി യോടുന്ന സമരക്കാർ വനഭൂമിയിലൂടെ ഓടുന്നു. ഒരു പൊലീസുകാരൻ ബുദ്ധപ്രതിമ മറിച്ചിടുന്നു. അത് തല്ലിയുടയ്ക്കുന്നു. ബഹളംകേട്ട് കാട്ടിലെ ആവാസവ്യവസ്ഥ ആകെ ഇളകുന്നു. ഇല്ലിക്കാടുകൾക്ക് മുകളിലൂടെ പരക്കം പായുന്ന കുരങ്ങുകൾ. പൊലീസുകാർ മഞ്ജുശ്രീയുടെ സ്കൂൾ തല്ലിപ്പൊളിക്കുന്നു. ക്രൂരമായി മർദ്ദിക്കപ്പെടുന്ന മഞ്ജുശ്രീ. സമര ക്കാരുടെ കഞ്ഞിക്കലങ്ങൾ ചവിട്ടിത്തെറിപ്പിക്കുന്ന പൊലീസിന്റെ ബൂട്ട്. താൽക്കാലിക കുടിലുകൾ തല്ലിപ്പൊളിക്കുന്ന പൊലീസുകാർ. കീഴടക്ക പ്പെടുന്ന ദളിത് റൈറ്റ്സ് പ്രവർത്തകരെ അറസ്റ്റ് ചെയ്ത് കൊണ്ടുപോ കുന്ന ദൃശ്യം.

Ext. സമരഭൂമി - Day

വിജനമായ സമരഭൂമി. അവിടവിടെ നിന്ന് കത്തുന്ന കുടിലുകൾ. തകർന്ന ടിഞ്ഞ കുടിലുകൾ. ബുദ്ധന്റെ പ്രതിമയുടെ ഉടഞ്ഞ മുഖം. സമരഭൂമി ക്കരുകിലൂടെ ഒഴുകുന്ന ചെറുനദിയുടെ ശാന്തത. ഒരു മരത്തിൽ ഇരി ക്കുന്ന കുരങ്ങ്, തന്റെ കുഞ്ഞിനേയുമെടുത്ത് നെഞ്ചത്ത് ചേർത്തുകൊണ്ട് അതിൽ നിന്നിറങ്ങി സമരഭൂമിയിലൂടെ ശാന്തമായി നടന്നുനീങ്ങുന്നു.

പപ്പിലിയോ ബുദ്ധ

Ext. വനപാത - Day

നൂറുകണക്കിന് കുടുംബങ്ങൾ തങ്ങളുടെ കെട്ടും ഭാണ്ഡവുമേന്തി വരി വരിയായി വനപാതയിലൂടെ നടന്നുപോകുന്ന ദൃശ്യം. ഒരു ജനത കൂട്ട മായി പലായനം ചെയ്യുകയാണ്.

Ext. സമരഭൂമിക്കടുത്ത വയൽ - Day

വയലിന് നടുവിലുള്ള ബണ്ടിലൂടെ ആളുകൾ നടന്നുനീങ്ങുന്നതിന്റെ വിദൂ രദൃശ്യം. വയൽവരമ്പിലൂടെ നടന്നുനീങ്ങുന്ന കരിയേട്ടൻ. അദ്ദേഹത്തെ അനുഗമിക്കുന്ന നൂറുകണക്കിന് കുടുംബാംഗങ്ങൾ.

Ext. -കരിങ്കൽ ക്വാറി - Day

ചെങ്കുത്തായ പാറ വാർന്നിറങ്ങിയ ഒരു ഭീമൻ കരിങ്കൽ ക്വാറി. അതിന് മുകളിലെ പാറക്കുന്നിലൂടെ എറുമ്പിൻകൂട്ടങ്ങളെപ്പോലെ നീങ്ങുന്ന സമ രക്കാർ. ഒരിക്കലും അവസാനിക്കാത്ത ഭൂരഹിതരുടെ നീണ്ടനിര. ചെങ്കു ത്തായ പാറയിടുക്കിലൂടെ നീങ്ങുന്ന അഭയാർത്ഥികൾ.

Ext. പശ്ചിമഘട്ട മലനിരകൾ - Day

ആകാശംമുട്ടെ ഉയർന്നുനിൽക്കുന്ന പാറക്കൂട്ടങ്ങൾക്കിടയിലൂടെ നടന്നു നീങ്ങുന്ന അഭയാർത്ഥികളുടെ അവസാനിക്കാത്ത നിര.

Credits Rolling

Titles

Major festival screenings and awards

1. Berlin International Film Festival Official Selection - 2014 (Nominated Teddy Award 2014, nominated for Amnesty International Award 2014, Nominated for Cinema fair bindef-2014)
2. Montreal world film festival 2013 official selection.
3. British Film Institute 27th London LLGFF 2013 (Official selection)
4. Oaxaca Film Festival, Mexico (Official selection) 2013. (Winner Best Cinematography Award and Winner of Best Production Design Award)
5. Durban International Film Festival - Official Selection 2014.
6. Athens international Film Festival. OH, USA (Official Selection) Winner of 2nd best narrative feature award.
7. Trinidad & Tubago Film Festival 2013 (Official selection)
8. NARA international Film Festival 2014 (Special Invited Film)
9. SCARBOROUGH film festival Canada - 2014 (Official selection)
10. This Human World Film Festival 2014 (Official selection)
11. Cinequest international Film Festival 2014, Sanjose (Official Selection) and many more International Film Festival around the world.

Awards and Screenings in India

12. Kerala State Film Awards (Special Jury Awards for Best Direction, Honourable mention for best actress-2012)
13. Kerala Film Critics Association Award for Best Debue Director
14. Dada Saheb Phalke Film Festival 2014, Best Film Jury Award
15. Kolkota International Film Festival (Official Selection) and many more film festivals around the country.

Production Credits

Written & Directed by	: Jayan Cherian
Produced by	: Thampi Antony, Prakash Bare
Director of Photography	: M. Radhakrishnan
Dialogue	: Jayan Cherian & P. Surendran
Sound Design and Recording	: S. Radhakrishnan
Editing	: Jayan Cherian and Sujoy Joseph
Art	: Manu Perunna
Original Score	: Sunilkumar P.K.
Lyrics	: Selena Plakkonam
Cast	: Kallen Pokkuden
	Saritha Kukku
	S.P. Sreekumar
	David Briggs
	Prakash Bare
	Thampi Antony
	Kozhikode Narayanan Nair
	Padmapriya
	C.D. Sukumaran
	Ashraf
	Han Kanjangad
	Sreejith Rarnanan
	Thasni Banu

Manoj Kurnar lota

Arnal Raj

Surabh I

Sujath Kanjangad

Prathapan

Sumesh Chittooran

Shona

Saji Nepolean

Dr. Hanidas

Vidya

Sujatha Jananethri

Vineesh

Jolly

Jam

Aravi Bakei

Sreedharan

Shivadasan Kanur

Sudheer l3abu

Man i va mm

Rajesh Nambiar

T.C. John

Ashokan Thevakkal

അഭിമുഖം

ജയൻ ചെറിയാൻ/ഡോണ മയൂര

- അഭിനന്ദനങ്ങൾ ജയനും ടീമിനും

  Thank you Dona!

- നാട്ടിലെ സെൻസർബോർഡിന്റെ scissor കട്ട് നിന്നും സിക്സർ പോലെ ബൗണ്ടറി കടന്ന് Berlin International film festival വരെ 'Pappilio Budha' എത്തിനിൽക്കുമ്പോൾ സിനിമയെന്ന കലയുടെ കല പേറുന്ന സംവിധായകന് (പ്രത്യേകിച്ചും 'Pappilio Budha' കടന്നു വന്ന വഴികൾ അത്ര ഈസിയായ ഒരു വഴിയായിരുന്നില്ലല്ലോ, പ്രദർശ നാനുമതിക്കായുള്ള കാതിരിപ്പുമുതൽ, തിരുവനന്തപുരത്ത് നടന്ന പ്രൈവറ്റ് സ്ക്രീനിങ്ങിന് ഇടയിൽ നടന്ന സംഘർഷം മുതൽ ഇങ്ങോട്ട്) എന്ത് തോന്നുന്നു?

  ഡോണ, തീർച്ചയായും പപ്പിലിയോ ബുദ്ധയുടെ ആ യാത്ര ആയാ സരഹിതമായിരുന്നില്ല. ആദ്യം എന്തുകൊണ്ട് ഇങ്ങനെയൊരു സിനിമ സമകാലിക കേരളീയ ജീവിതം പശ്ചാത്തലമാക്കി എടുത്തുവെന്ന ഡോണയുടെ ചോദ്യത്തിനു മറുപടി പറഞ്ഞുകൊണ്ട് തുടങ്ങാമെന്നു കരുതുന്നു. സാമൂഹ്യവും വംശീയവും ജാതീയവും ലൈംഗീകവു മായ 'സ്വത്വ'ങ്ങൾ എങ്ങനെ രൂപപ്പെടുന്നു അല്ലെങ്കിൽ നിർമ്മിക്ക പ്പെടുന്നു അവ എങ്ങനെ വിവിധ സമൂഹങ്ങളിൽ പെർഫോം ചെയ്യ പ്പെടുന്നുവെന്നത് എനിക്ക് താത്പര്യമുള്ള വിഷയമാണ്. ഞാൻ മുൻപ് ചെയ്ത ഡോക്കുമെന്ററികളിലുള്ള ഷോർട്ട് ഫിക്ഷനുകളിലും ഇൻസ്റ്റ ലേഷൻസിലുമെല്ലാം ഇത്തരത്തിലുള്ള സ്വത്വ നിർമ്മിതികളും അവ യുടെ സോഷ്യൽ പെർഫോമൻസുമായ ബന്ധപ്പെട്ട അന്വേഷണങ്ങ ളുണ്ട്. ഉദാഹരണത്തിന് 'ഷെയിപ്പ് ഓഫ് ദ് ഷെയ്പ്പലെസ്' പൂർണ്ണ മായും ജെൻഡർ പെർഫോമൻസിനെക്കുറിച്ചും അതിന്റെ ഫ്ളൂയി ഡിറ്റിയെക്കുറിച്ചുള്ള ഒരന്വേഷണമാണ്. ലൈംഗികവും (sexual), ലിംഗ ഭേദപരവുമായ (gender) സ്വത്വങ്ങൾ പോലെതന്നെ ജാതീയവും വംശീ യവുമായ സ്വത്വങ്ങളും ഒരേ സമയം സാമൂഹ്യ അടിച്ചമർത്തലിനും

സാമൂഹ്യ ശാക്തീകരണത്തിനുമുള്ള ഉപകരണവുമായി മാറുന്നത് നമുക്ക് കാണാവുന്നതാണ്. ഒരു "സോഷ്യൽ സ്റ്റർട്ടിഫിക്കേഷൻ ടൂൾ" എന്ന നിലയിൽ സഹസ്രാബ്ദങ്ങളായി ഇന്ത്യയിൽ ഉപയോഗിക്കപ്പെട്ടുവരുന്ന "ജാതി വ്യവസ്ഥ" ഒരു സമൂഹത്തെ അനേകായിരം ജാതികളും ഉപജാതികളുമായി ശ്രേണി ബദ്ധമായി വിഭജിച്ച് അവരുടെ സാമൂഹ്യമായ അവകാശാധികാരങ്ങൾ അടയാളപ്പെടുത്തുക മാത്രമല്ല അത് ഒരു ജനതയെ തലമുറകളോളം ഭൗതീകവും മനഃശാസ്ത്രപരവുമായി അടിമകളാക്കി ചൂഷണം ചെയ്യുന്ന അതിസങ്കീർണ്ണവും വിഷലിപ്തവുമായ ഒരു മർദ്ദനോപകരണം കൂടിയാണെന്ന് നമുക്കറിയാം. ഇന്ന് കേരളത്തിലെ ദളിത് യുവാക്കൾക്കിടയിൽ വ്യാപകമായിക്കൊണ്ടിരിക്കുന്ന അംബേദ്കറിസത്തിലും ബുദ്ധിസത്തിലുമൂന്നിക്കൊണ്ടുള്ള സ്വത്വ രാഷ്ട്രീയ മുന്നേറ്റത്തിൽ ജാതി സ്വത്വം ഒരു ശാക്തീകരണ ഉപാധിയായി ഉപയോഗിക്കപ്പെടുന്നത് കാണുവാൻ സാധിക്കും. മുത്തങ്ങയും ചെങ്ങറയും കേരളത്തിന്റെ ദളിത് സമരചരിത്രത്തിൽ സുപ്രധാന സമരങ്ങളാണ്. ഈ രണ്ട് സമരങ്ങളും പൂർണ്ണമായും ആദിവാസി ദളിത് സമൂഹങ്ങൾ അവരുടെയിടയിൽ നിന്നുതന്നെ വളർന്നു വന്ന നേതാക്കളുടെ കീഴിൽ അവർക്കുവേണ്ടി നടത്തിയ സമരങ്ങളായിരുന്നു. അയ്യങ്കാളിക്കു ശേഷമുള്ള കേരളീയ സാമൂഹ്യസമരങ്ങളുടെ ചരിത്രം പരിശോധിച്ചാൽ, ഈ സമരങ്ങളിലൊക്കെ താഴെത്തട്ടിൽ ദളിതരുടെ സജീവ പങ്കാളിത്തമുണ്ടായിരുന്നുവെങ്കിലും, നേതൃത്വനിരയിൽ ദളിത് നേതാക്കളുടെ ഒരു നീണ്ട ഇടവേള കാണാം. അവ നയിച്ചിരുന്നത് പ്രധാനമായും സവർണ്ണ ലിബറൽ ബുദ്ധിജീവികളായിരുന്നു. അതിൽനിന്നു വ്യത്യസ്തമായി മുത്തങ്ങ, ചെങ്ങറ, അരിപ്പ സമരങ്ങളിൽ ഈ സവർണ്ണരായ ലിബറൽ ബുദ്ധിജീവിനേതാക്കളെ ദളിതർ തിരസ്കരിക്കുന്നത് നമുക്ക് കാണാം. തൊണ്ണൂറുകൾ മുതൽ കേരളത്തിലെ വിവിധ ദളിത് സമൂഹങ്ങളിലുണ്ടായിക്കൊണ്ടിരുന്ന മുന്നേറ്റങ്ങൾ ശ്രദ്ധിച്ചിരുന്ന ഒരാളെന്ന നിലയിൽ ജാതിസ്വത്വം കേന്ദ്ര പ്രമേയമായി വരുന്ന ഒരു സിനിമ ചെയ്യണമെന്നെനിക്ക് തോന്നി. കേരളത്തിലെ ദളിത് കോളനികൾ കേന്ദ്രീകരിച്ച് പ്രവർത്തിച്ചുകൊണ്ടിരുന്ന ദളിത് ഹ്യൂമൻ റൈറ്റ്സിന്റെ (DHR) പ്രവർത്തകരെ ദളിത് ഭീകരവാദികളെന്നാരോപിച്ച് മാദ്ധ്യമങ്ങളും സർക്കാരും മുൻമാതൃകകളില്ലാത്ത വിധം വേട്ടയാടിയതുമൊക്കെ പപ്പിലിയോ ബുദ്ധയുടെ ജനനത്തെ അനിവാര്യമാക്കിയ ഘടകങ്ങളാണ്. ഇതിന്റെ റിസർച്ച് വേളയിൽ കേരളത്തിലങ്ങോളമിങ്ങോളമുള്ള ഹ്യൂമൻ റൈറ്റ്സ് ആക്ടിവിസ്റ്റുകളും മാധ്യമ പ്രവർത്തകരും സോഷ്യൽ സയന്റിസ്റ്റുകളുമൊക്കെ ഈ സംരംഭത്തെ പിന്തുണച്ചിട്ടുണ്ട്. കൊടിയ പൊലീസ് പീഡനങ്ങൾക്കും ജാതീയമായ അവഹേളനങ്ങൾക്കും ഇരയായവരുമായ

നിരവധി പേർ തങ്ങളുടെ അനുഭവങ്ങൾ പങ്കുവെച്ച് ഇതിന്റെ രചനയെ സഹായിച്ചിട്ടുണ്ട്. അതുപറയുമ്പോൾ ഈ സിനിമ ചരിത്ര സംഭവങ്ങളുടെ യഥാതഥ ആഖ്യാനമാണ് എന്നു തെറ്റിദ്ധരിക്കരുത്. ഇത് ഒരു ഫിക്ഷൻ ഫീച്ചർ ഫിലിം ആണ്. തീർത്തും നോൺ ഫിക്ഷണലായ ചരിത്രസാഹചര്യത്തിലേക്ക് വിശദാംശങ്ങളിൽ ഫിക്ഷണലായ ഇതിവൃത്തവും സംഭവങ്ങളും സൂപ്പർ ഇമ്പോസ് (Superimpose) ചെയ്യുന്ന ഒരു രചനാതന്ത്രമാണ് പപ്പിലിയോ ബുദ്ധ യിലവലംബിച്ചിരിക്കുന്നത്.

ഏതാണ്ട് എട്ടുമാസം നീണ്ട സെൻസ്സർഷിപ്പ് യുദ്ധം ആരംഭിക്കുന്നത് നിർമ്മാണം പൂർത്തിയായ പപ്പിലിയോ ബുദ്ധ സെൻസൻ ബോർഡിന്റെ തിരുവനന്തപുരത്തെ പ്രാദേശിക ഓഫീസ്സിൽ സർട്ടിഫിക്കേഷനായി സമർപ്പിക്കുന്നതോടുകൂടിയാണ്. സെൻസർ ബോർഡിൽ നിന്ന് ഞങ്ങൾക്ക് ലഭിച്ച മറുപടി അദ്ഭുതപ്പെടുത്തുന്നതായിരുന്നു. 'സർക്കാർ ഇംഗ്ലീഷിൽ' അവർ തന്ന മറുപടി അവസാനിക്കുന്നത് ഇങ്ങനെയാണ്. "the committee was of the opinion that the film cannot be certified in its present form even with excisions/cuts." ഇതിനെതിരെ ഞങ്ങൾ പരാതി ബോധിപ്പിക്കുകയും പ്രശസ്ത സംവിധായകൻ ഷാജി എൻ. കരുൺ അദ്ധ്യക്ഷനായ ഒരു പന്ത്രണ്ടംഗ റിവിഷൻ കമ്മിറ്റി സിനിമ കാണുകയും ഏകദേശം എഴുപത്തിയാറ് കട്ടുകളും, നിരവധി 'മ്യൂട്ടുകളും', 'ബ്ലറുകളു'മടങ്ങുന്ന അൻപതോളം ചെയിഞ്ചുകൾ സിനിമയിൽ വരുത്തിയത് "A" സർട്ടിഫിക്കറ്റോടെ പ്രദർശനാനുമതി നൽകാമെന്നൊരു നിർദ്ദേശം മുന്നോട്ടുവെക്കുകയും ചെയ്തു. ഒരു കലാകാരനെന്ന നിലയിൽ അപമാനകരവും ഒരു സിനിമയെന്ന നിലയിൽ പപ്പിലിയോ ബുദ്ധയെ 'മ്യൂട്ടിലേറ്റ്' ചെയ്യുകയും ചെയ്യുന്ന ഇത്തരമൊരു നിർദ്ദേശം ഞങ്ങൾക്ക് സ്വീകാര്യമായിരുന്നില്ല. അതുകൊണ്ട് ഞങ്ങൾ ദൽഹിയിലെ ഫിലിം സർട്ടിഫിക്കേഷൻ അപ്പീലെറ്റ് ട്രിബ്യൂണലിനെ (FCAT) സമീപിച്ചു.

നീണ്ട ചർച്ചകൾക്കും വിവാദങ്ങൾക്കുമൊടുവിൽ ലളിത് ഭാസിൻ, ദീപ ദീക്ഷിത്, ഗുർഡദിത് സിഗ്ലഹാൽ, റ്റോം വടക്കൻ എന്നിവരടങ്ങുന്ന Film Certification Appilet Tribunal (FACT) പപ്പിലിയോ ബുദ്ധയ്ക്ക് ഉപാധികളോടെ സർട്ടിഫിക്കറ്റ് അനുവദിക്കാൻ തീരുമാനമായെങ്കിലും സർട്ടിഫിക്കറ്റ് ഞങ്ങളുടെ കയ്യിലെത്താൻ പിന്നെയും സമയമെടുത്തു. ഇതിനിടയിലാണ് IFFKയിൽനിന്നു സർട്ടിഫിക്കേഷനില്ലെന്നു പറഞ്ഞ് പപ്പീലിയോ ബുദ്ധ ഒഴിവാക്കുന്നത്. അന്തർദ്ദേശീയ ഫിലിം ഫെസ്റ്റിവലിൽ പ്രദർശിപ്പിക്കുന്ന സിനിമകൾക്കും, ക്ഷണിക്കപ്പെട്ട അതിഥികൾക്കായ് നടത്തുന്ന സ്വകാര്യ പ്രദർശനങ്ങൾക്കും സെൻസർ നിയമങ്ങൾ ബാധകമല്ലെന്നിരിക്കെ അധികൃതരുടെ ഈ നടപടിയിലെ അനീതി തിരിച്ചറിഞ്ഞ പല സുഹൃത്തുക്കളുടെയും സിനിമ

പ്രേമികളുടെയും അഭ്യർത്ഥന മാനിച്ചാണ് തിരുനവന്തപുരത്ത് കോ-ബാങ്ക് ഓഡിറ്റോറിയത്തിൽ ക്ഷണിക്കപ്പെട്ട അതിഥികൾക്കു മുന്നിൽ പപ്പിലിയോ ബുദ്ധ പ്രദർശിപ്പിക്കാൻ തീരുമാനിക്കുന്നത്. ഈ പ്രദർശനമാണ് പൊലീസിനെ ഉപയോഗിച്ച് ഫെസ്റ്റിവൽ അധികൃതരും സർക്കാരും ചേർന്ന് 'ഷട്ട് ഡൗൺ' ചെയ്യുകയും രോഷാകുലരായ കാണികൾ ഫെസ്റ്റിവൽ വെനുവിൽ പ്രകടനം നടത്തുകയും ചെയ്തത്. ഞാൻ മനസ്സിലാക്കുന്നത് കേരളത്തിൽ ചരിത്രത്തിൽ ആദ്യമായാണ് ഒരു സിനിമപ്രദർശനം നിർത്തിവെക്കാൻ ഇത്തരത്തിൽ പോലീസ് ഫോഴ്സ് ഉപയോഗിക്കപ്പെടുന്നതെന്നാണ്. പപ്പിലിയോ ബുദ്ധ പ്രദർശിപ്പിച്ചാൽ 'ക്രമസമാധാനം' തകരുമെന്ന കാരണമാണ് പോലീസ് പ്രചരിപ്പിച്ചത്. ഇത് തീർത്തും അടിസ്ഥാനരഹിതമാണെന്ന് നമുക്കറിയാം. കാരണം, പപ്പിലിയോ ബുദ്ധയുടെ സ്വകാര്യ പ്രദർശനങ്ങൾ തിരുവനന്തപുരം അജന്ത തിയ്യറ്ററിലും ദൽഹി പ്രസ്സ് ക്ലബ്ബിലും ഫ്രെഞ്ച് കൾചറൽ സെന്ററിലും, ജെ.എൻ.യു. ക്യാമ്പസ്സിലും ഹൈദ്രാബാദിലെ എച്ച്.സി.യു.വിലും, ഇഫ്ളുവിലും നിറഞ്ഞ സദസ്സിൽ നടന്നിരുന്നു. അവിടെയൊന്നും ഇതുമായി ബന്ധപ്പെട്ട് യാതൊരു ക്രമസമാധാന പ്രശ്നങ്ങളുമുണ്ടായിട്ടില്ല. തങ്ങൾക്ക് ഹിതകരമല്ലാത്ത ഒരു രാഷ്ട്രീയം മുന്നോട്ടുവയ്ക്കുന്ന സിനിമയെ അടിച്ചമർത്താനുള്ള ഒരു എക്സ്ക്യൂസ് എന്നതിലുപരി ആ വാദത്തിലെന്തെങ്കിലും കഴമ്പുണ്ടായിരുന്നുവെന്ന് ഞാൻ കരുതുന്നില്ല. ഇന്ത്യയിലെ ഇതരഭാഷ സമൂഹങ്ങളെ അപേക്ഷിച്ച് പല കാര്യങ്ങളിലും മുൻപന്തിയിൽ നിൽക്കുന്നവരാണെന്നു ഭാവിക്കുന്നവരാണല്ലോ നമ്മൾ മലയാളികൾ. ഇടതുരാഷ്ട്രീയം, സ്ത്രീ ശാക്തീകരണം, സമ്പൂർണ്ണ സാക്ഷരത എന്നിങ്ങനെ പലതും അതിന് തെളിവായി അഭിമാനപൂർവ്വം ഉയർത്തിക്കാട്ടാൻ നമുക്ക് മടിയില്ല. അങ്ങനെയൊരു സമൂഹത്തിന് പ്രകൃതിക്കും സ്ത്രീകൾക്കും ദളിതർക്കുമെതിരായി അരങ്ങേറുന്ന അതിക്രമങ്ങളെ വിമർശിക്കുന്ന പപ്പിലിയോ ബുദ്ധ പോലുള്ള ഒരു സിനിമയോട് എങ്ങനെയാണ് അസഹിഷ്ണുത പുലർത്താനാവുക? ജാതിമതഭേദങ്ങൾക്കതീതമായി ചിന്തിക്കുന്ന പുരോഗമനകാരികളും വിദ്യാസമ്പന്നരുമായ ഒരു ജനതയാണെന്ന് സ്വയം ഭാവിക്കുകയും പ്രചരിപ്പിക്കുകയും ചെയ്യുന്ന നാം സത്യത്തിൽ ജീവിതത്തിൽ അടിമുടി ജാതി ആചരിക്കുന്നവരല്ലേ? സ്കൂൾ പ്രവേശനത്തിനുള്ള അപേക്ഷഫോറം പൂരിപ്പിക്കുമ്പോൾ തുടങ്ങുന്ന ജാതീയമായ കാറ്റഗറൈസേഷൻ മലയാളിയുടെ ജീവിതാന്ത്യം വരെ നീളുന്നു. അതിന് മതഭേദമില്ല. ഹിന്ദുവും ക്രിസ്ത്യാനിയും മുസ്ലീമും വളരെ നിഷ്ഠയോടെ ജാതി ആചരിക്കുന്നു. പ്രണയത്തിലും വിവാഹകമ്പോളത്തിലും മുതൽ മന്ത്രിസഭാ പുനഃസംഘടനയിൽവരെ ജാതി നിർണ്ണായക ഘടകമാകുന്നു. നമ്മുടെ സാംസ്കാരികമേഖലയിലാകെ അധീശത്വം വഹിക്കുന്നത്

ജാതീയവും വംശീയവുമായ ഒരു 'കുലീനത' ബോധമാണ്. മലയാള സിനിമയിൽ നെടുനായകത്വം കയ്യാളുന്ന ഫ്യൂഡൽ എന്നു വിശേഷി പ്പിക്കാവുന്ന ഈ 'കുലീനത' ചോദ്യം ചെയ്യപ്പെട്ടപ്പോഴുണ്ടായ വരേണ്യവർഗ്ഗത്തിന്റെ അസ്വസ്ഥതയാണ് പപ്പിലിയോ ബുദ്ധയ്ക്കെ തിരായ ഭരണകൂട മുറുമുറുപ്പുകളിൽ നാം കാണുന്നത്.

സെൻസർബോർഡിന്റെ അപ്പിലേറ്റ് ട്രിബ്യൂണൽ മുന്നോട്ടുവെച്ച പ്രധാന ആവശ്യം ഇന്ത്യയുടെ ഭരണഘടന ശില്പിയായ ഡോ. അംബേദ്കറുടെ പ്രഖ്യാതമായ ഒരു ഉദ്ധരണി സിനിമയിൽനിന്ന് നീക്കം ചെയ്യണമെന്നതായിരുന്നു. ഗാന്ധിയും അംബേദ്കറും സമാ ദരണീയരായ ഇന്ത്യൻ നേതാക്കളാണ്. പക്ഷേ, ഇന്ത്യാ ഗവൺമെന്റ് എന്തുകൊണ്ടാണ് അംബേദ്കറുടെ ഒരു ഉദ്ധരണിയെപ്പോലും പേടി ക്കുന്നുവെന്നത് ചർച്ച ചെയ്യേണ്ട വിഷയമാണ്. 1932 ൽ ഡൊണാൾഡ് റാംസി ദളിതർക്കനുവദിച്ച "കമ്മ്യൂണൽ അവാർഡ്" പിൻവലിപ്പിക്കു വാൻ വേണ്ടി, നടത്തിയ സത്യാഗ്രഹത്തെക്കുറിച്ച് അംബേദ്കർ പറഞ്ഞ വാചകങ്ങൾ : "There was nothing noble in the fast. It was a foul and filthy act. The fast was not for the benefit of the Untouchables. It was against them and was the worst form of coercion against a helpless people to give up the consitutional safeguards (which had been awarded to them)." ഈ വാചകങ്ങളാണ് പപ്പിലിയോ ബുദ്ധയിൽനിന്ന് നീക്കം ചെയ്യാൻ സെൻസർബോർഡ് പറഞ്ഞത്. ഇതു ചരിത്രമാണ്. ഒരു ജനതയെന്ന നിലയിൽ എന്നാണ് നാം ചരിത്രത്തെ പേടിക്കാൻ തുടങ്ങിയത്? ഗാന്ധിയോടൊപ്പമോ, ഒരുപക്ഷേ ധൈഷണികമായും വിദ്യാഭ്യാസപരമായും ഒരു പടി മുന്നിലോ നിൽക്കുന്ന അംബേദ്കർ എന്തുകൊണ്ടാണ് നമ്മുടെ സർക്കാരിന് അനഭിമതനാകുന്നത്? അദ്ദേഹം ദളിതനാണെന്നത ല്ലാതെ മറ്റൊരുകാരണവും കണ്ടെത്താൻ നമുക്ക് കഴിയുന്നില്ല. അങ്ങനെ വരുമ്പോൾ നമ്മുടെ സർക്കാർ ഔദ്യോഗികമായി ജാതി വെറി ആചരിക്കുന്നവരാണെന്നു അവർ തന്നെ തെളിയിക്കുകയല്ലേ. അംബേദ്കർ ഉദ്ധരണി മ്യൂട്ട് ചെയ്യുവാൻ ആവശ്യപ്പെടുകവഴി ചെയ്യു ന്നത്? ഇന്നും പൂർണ്ണരൂപത്തിലുള്ള പപ്പിലിയോ ബുദ്ധയുടെ പൊതു ദർശനത്തിന് ഇന്ത്യയിൽ വിലക്കുണ്ടെങ്കിലും ഇത്തരത്തിലുള്ള നിരവധി ചോദ്യങ്ങളുയർത്താൻ ഈ സെൻസർഷിപ്പ് വിവാദ ങ്ങൾകൊണ്ട് കഴിഞ്ഞുവെന്നത് ഒരു നല്ലകാര്യമായാണെനിക്ക് തോന്നുന്നത്. ഐ.എഫ്.എഫ്.കെ.യും മറ്റു സർക്കാർ ഫിലിം മേള കളും പപ്പിലിയോ ബുദ്ധയെ ഒഴിവാക്കിയെങ്കിലും, കേരളത്തിലെ ആയിരക്കണക്കിനു കോളനികളിലൂടെ, ഇന്ത്യയിലെ വിവിധ യൂണി വേഴ്സിറ്റികളിലൂടെ ബ്രിട്ടീഷ് ഫിലിം ഇൻസ്റ്റിറ്റ്യൂട്ട്, ആതൻസ്, ഓഹാക്ക, ട്രിനിഡാഡ് & റ്റുബാഗോ, മോൺട്രിയോൾ തുടങ്ങി

ബർലിൻ വരെയുള്ള അനേകം ലോക മേളകളിലൂടെയുള്ള പപ്പിലിയോ ബുദ്ധയുടെ യാത്ര തടയാൻ നമ്മുടെ 'സെൻസ്സർഷിപ്പ് രാജിന്' കഴിയില്ലയെന്നതിൽ ആശ്വസിക്കാം.

- ഫ്രീഡം ഓഫ് സ്പീച്ചിനും expression നും വിവിധ കലാശാഖയിലുള്ളവർ അവരുടെ അവരവരുടെ അതാത് മീഡിയം വഴിയാണ് ഇടം കണ്ടെത്തുന്നത്. എന്നാൽ ഇന്ത്യയെപോലെ ഒരു ഡെമോക്രാറ്റിക്കായ രാജ്യത്ത് സെൻസറിങ്ങ് പോലുള്ള വ്യവസ്ഥകൾകൊണ്ട് ജനങ്ങളുടെ കണ്ണുകെട്ടുന്നതിന്റെ ഓക്സീമോറോണിസം സിനിമ പോലെയുള്ള കലകളുടെ സ്വതന്ത്രമായ ഇടപെടലുകൾക്ക് എന്നും വിലങ്ങുതടിയായിട്ടുണ്ട്. ഇത് മുഖാന്തിരം മിക്കപ്പോഴും അല്ലെങ്കിൽ പലപ്പോഴും ഫ്രീഡം ഓഫ് സ്പീച്ചിനും expression കോമ്പ്രമൈസ് ചെയ്യപ്പെടേണ്ടിവരുന്നുണ്ട്. ഇതിനോടുള്ള ജയന്റെ നിലപാട് എന്താണ്?

തീർച്ചയായും ഇന്ത്യൻ സെൻസർഷിപ്പ് നിയമങ്ങൾ സ്വതന്ത്രമായ കലാവിഷ്കാരങ്ങൾക്ക് കൂച്ചുവിലങ്ങിടുന്നത് തന്നെയാണ്. ഇന്ത്യയിൽ സിനിമ സെൻസർഷിപ്പ് നിയമങ്ങളാരംഭിക്കുന്നത് 1918 ൽ ബ്രിട്ടീഷ് സർക്കാർ നടപ്പിലാക്കിയ Indian cinematography Act-ൽ നിന്നാണ്. പിന്നീട് 1952ൽ നെഹ്റു ഗവൺമെന്റ് പരിഷ്കരിച്ച ഈ കോളോണിയൽ നിയമം തന്നെയാണ് ഇന്നത്തെ ഇന്ത്യൻ സെൻസർ നിയമങ്ങളുടെ ആധാരശില. ഇന്ത്യയിലെ ജനങ്ങൾ നന്മതിന്മകൾ തിരിച്ചറിയാൻ കഴിയാത്ത ശിശുക്കളാണെന്നും, അവർ കാണേണ്ടത് എന്ത്, കാണരുതാത്തത് എന്ത് എന്ന് നിശ്ചയിച്ച് നിർദ്ദേശിക്കേണ്ടത് തങ്ങളുടെ കടമയാണെന്ന കൊളോണിയൽ യജമാനന്മാരുടെ 'പേട്രണൈസിങ്' മനഃസ്ഥിതിതന്നെയാണ് ലോകത്തിലെ ഏറ്റവും വലിയ ജനാധിപത്യരാജ്യമായ ഇന്ത്യയിലെ ഇന്നത്തെ സർക്കാർ യജമാനന്മാരും പങ്കുവെക്കുന്നത്. ഇതിലെ അപഹാസ്യത മനസ്സിലാക്കി പ്രഗത്ഭരായ കലാകാരന്മാരും ബുദ്ധിജീവികളുമടങ്ങുന്ന ഇന്ത്യൻ സിനിമാസമൂഹം അതിനെതിരെ ശബ്ദമുയർത്തുന്നില്ലയെന്നുള്ളത് എന്നെയദ്ഭുതപ്പെടുത്തുന്ന ഒരു കാര്യമാണ്. കലാപരമായ ആവിഷ്കാരങ്ങളെ സർക്കാർ നിയന്ത്രിക്കുകയും, സെൻസർബോർഡു പോലെയുള്ള സർക്കാർ ഏജൻസികൾ കലാസൃഷ്ടികളിൽ എഡിറ്റോറിയൽ ഇടപെടൽ നടത്തുകയും ചെയ്യുന്നത് തികഞ്ഞ ജനാധിപത്യ വിരുദ്ധതയാണ് എന്ന് ഞാൻ വിശ്വസിക്കുന്നു. സിനിമയൊഴിച്ച് മറ്റൊരു കലാരൂപവും പൊതുവേദിയിൽ പ്രദർശിപ്പിക്കാൻ സെൻസർ സർട്ടിഫിക്കറ്റ് ആവശ്യമില്ലല്ലോ. സിനിമയെ ഒരു ഫൈൻ ആർട്ടായി നമ്മുടെ സർക്കാർ കാണുന്നില്ല എന്നതുതന്നെയാണ് അതിനു കാരണം എന്നു തോന്നുന്നു. സിനിമയെ നമ്മുടെ സർക്കാർ ഒരു കലയായി കാണുന്ന കാലം വരുമെന്നു നമുക്ക് വിശ്വസിക്കാം.

നമ്മുടെ സാംസ്കാരിക ജീവിതത്തിന്റെ ഇപ്പോഴുള്ള ഗതിവെച്ചു നോക്കിയാൽ നാളെ നമ്മുടെ ചിത്രകാരന്മാരും, കഥാകാരന്മാരും, കവികളും നാടകകൃത്തുക്കളുമൊക്കെ അവരുടെ കൃതികളുമായി സർക്കാർ ഓഫീസ്സുകളിൽ ബ്യൂറോക്രാറ്റുകളുടെ സമ്മതിപത്രത്തിനായി കയറിയിറങ്ങേണ്ട അവസ്ഥ വരുമോയെന്നു ശങ്കിക്കേണ്ടിയിരിക്കുന്നു.

- ജയന്റെ ഷോർട്ട് ഫിലിമുകളിൽനിന്നും വ്യത്യസ്തമായി (ഭാഷ മാത്രമാണ് ഇവിടെ ഉദ്ദേശിക്കുന്നത്) എന്തുകൊണ്ടാണ് പ്രാദേശികമായൊരു ഭാഷയിൽ ഇത് ആവിഷ്കരിക്കാൻ കാരണം? (മലയാളത്തിൽ ഇതിനുമുൻപ് ഷോർട്ട് ഫിലിംസ് ഒന്നും ചെയ്തിട്ടില്ല എന്നാണ് എന്റെ പരിമിതമായ അറിവ്, ആയതിനാലാണ് ഈ ചോദ്യം)

ഡോണ സിനിമയുടെ 'ഭാഷ' എന്നതുകൊണ്ടുദ്ദേശിച്ചത് കഥാപാത്രങ്ങളുടെ സംസാരഭാഷയാണെന്നു തോന്നുന്നുവെങ്കിലും പറയട്ടെ, ഒരു വിഷ്വൽ ആർട്ട് ഫോം' എന്ന നിലയിൽ സിനിമക്ക് അതിലെ കഥാപാത്രങ്ങളുടെ സംസാരഭാഷക്കുപരി 'കാഴ്ചയുടെ' ഒരു ഭാഷയും അതിന്റെ വ്യാകരണവുമുണ്ട്. ചലച്ചിത്രമെഴുത്തിന്റെ ഈ ഭാഷ യൂണിവേഴ്സലാണ്. അതുകൊണ്ട് കഥാപാത്രങ്ങളുടെ സംസാരഭാഷയെ അടിസ്ഥാനമാക്കി സിനിമയെ കാറ്റഗറൈസ്സ് ചെയ്യുന്നതിനോടെനിക്ക് യോജിപ്പില്ല. 'സിനിമ'യെന്ന വാക്ക് തന്നെയുണ്ടാകുന്നത് 'ചലനം' എന്നർത്ഥം വരുന്ന 'Kino' എന്ന ജർമ്മൻ പദത്തിൽനിന്നാണ്. അതിനോട് എഴുത്ത് എന്നർത്ഥം വരുന്ന 'ഗ്രാഫി' എന്ന പദം ചേർന്നാണ് സിനിമാറ്റോഗ്രഫിയുണ്ടാവുന്നത്. അത് 'ചലനം' കൊണ്ടുള്ള എഴുത്താണ്. 'ഫോട്ടോഗ്രാഫി' വെളിച്ചം കൊണ്ടുള്ള എഴുത്താകുന്നതുപോലെ. ഒരു സെക്കന്റിൽ ഇരുപത്തിനാലു ഫ്രെയിമുകളെന്ന തോതിൽ ചലിക്കുന്ന നിശ്ചല ഫ്രെയിമുകളുടെ അനുസ്യൂതിയാണ് ചലച്ചിത്രഭാഷയുടെ അടിസ്ഥാന യൂണിറ്റായി അല്ലെങ്കിൽ വാക്കായി നാം കണക്കാക്കുന്ന "ഷോട്ട്" അഥവാ ദൃശ്യം. ഇങ്ങനെയുള്ള ദൃശ്യങ്ങൾ ചേർന്ന് സീനുണ്ടാകുന്നു. സീനുകൾ ചേർന്ന് സീക്വൻസുണ്ടാകുന്നു. അക്ഷരങ്ങൾ ചേർന്ന് വാക്കുകളും, വാക്കുകൾ ചേർന്ന് വാചകങ്ങളും, വാചകങ്ങൾ ചേർന്ന് ഒരു നിശ്ചിതാശയം സ്ഫുരിപ്പിക്കുന്ന ഖണ്ഡികകളും ഉണ്ടാകുന്നതുപോലെ. ഒരു ഫ്രെയിം നാം കമ്പോസ് ചെയ്യുമ്പോൾ ആശയ സംവേദനത്തിനായി വിധാനിക്കുന്ന actors, lighting, lensing, decor, props, costume എന്നിങ്ങനെയുള്ള നിരവധി ഘടകങ്ങളിൽ (Mise-en-scene) ഒരു ഘടകം മാത്രമാണ് "Diegetic sound" അതായത് ഫ്രെയിമിൽ വിസിബിളായിട്ടുള്ള വസ്തുക്കളോ കഥാപാത്രങ്ങളോ പുറപ്പെടുവിക്കുന്ന ശബ്ദം, അതിന്റെ ഒരു ഉപഘടകം മാത്രമാണ് സിനിമയിലെ

സംഭാഷണം. പപ്പിലിയോ ബുദ്ധയിൽ കഥാപാത്രങ്ങളുടെ സംസാരഭാഷക്കു വളരെ പ്രാധാന്യമുണ്ട്. ഇതിൽ മലയാളവും, ഇന്ത്യൻ ഇംഗ്ലീഷും, അമേരിക്കൻ ഇംഗ്ലീഷും സംസാരിക്കുന്ന കഥാപാത്രങ്ങളുണ്ട്. അവരുടെ ജിയോഗ്രാഫിക് ലൊക്കേഷനെന്നതിലുപരി കൾച്ചറൽ ലൊക്കേഷൻ അടയാളപ്പെടുത്താനുള്ള ഒരു ഉപകരണമായി സിനിമയിൽ അവരുടെ സംസാരഭാഷ ഉപയോഗിക്കുവാൻ ശ്രമിച്ചിട്ടുണ്ട്. ഈ സിനിമയിൽ മധ്യവർഗ്ഗബുദ്ധിജീവികൾക്കും ബ്യൂറോക്രാറ്റുകൾക്കും 'ഇംഗ്ലീഷ് അധികാരത്തിന്റേയും എലീറ്റിസ'ത്തിന്റേയും ഭാഷയാകുമ്പോൾ ദളിതർക്കത് എമ്പൊവെർമെന്റിന്റെ ഭാഷയാകുന്നതു കാണാം. പപ്പിലിയോ ബുദ്ധയിൽ ഒരു സവർണ്ണ പോലീസ് ഓഫീസറോട് ഒരു ദളിത് യുവാവ് ഇംഗ്ലീഷിൽ സംസാരിക്കുന്ന ഒരു സീനുണ്ട്. അപ്പോൾ അയാൾ പ്രകടിപ്പിക്കുന്ന അസഹിഷ്ണുത അയാളുടെ 'കുലീന' മെന്നയാൾ കരുതുന്ന 'കൾച്ചറൽ സ്പെയ്സ്' ഒരു ദളിതനാൽ തീണ്ടപ്പെടുന്നുവെന്ന ബോധത്തിൽ നിന്നുവരുന്നതാണ്. എന്തായാലും, ഒരു മലയാളി എന്ന നിലയിൽ കേരളീയ ജീവിതം പശ്ചാത്തലമാക്കി ഒരു സിനിമ ചെയ്യാൻ കഴിഞ്ഞുവെന്നത് എനിക്ക് ആഹ്ലാദകരമായ കാര്യമാണ്. പപ്പിലിയോ ബുദ്ധയിലെ സംസാരഭാഷ അതിലെ കഥാപാത്രങ്ങളുടെ ഭാഷയാണ്. അത് ബോധപൂർവ്വം നടത്തിയ ഒരു തിരഞ്ഞെടുപ്പല്ല, മറിച്ച് അതിന്റെ ഫിക്ഷണൽ സ്പെയിസ് ഡിമാന്റ് ചെയ്യുന്നതാണ്. അതങ്ങനെയേ കഴിയൂ എന്നതാണ് വാസ്തവം.

- ജീവിതത്തിന്റെ പല മേഖലയിലുള്ള വ്യക്തിത്വങ്ങളെ അവരുടെ പരിതസ്ഥിതികളെയും സൂഷ്മദർശിനിയിലൂടെന്നവണ്ണം വീക്ഷിക്കുകയും, അവരുടെ താദാത്മ്യത്തെ അത്രയും തന്നെ സൂക്ഷ്മതയോടെ വിശകലനം ചെയ്യുകയും ചെയ്യുന്ന ഒരാളാണ് ജയൻ. Pappilio Budha എന്ന സിനിമയിൽ ഇതിന്റെ പല മാനങ്ങൾ കാണാം. ജയന്റെ ഷോർട്ട് ഫിലിമുകളിലും (ഉദാ: Shape of the Shapeless) ഇത് വ്യക്തമാണ്. ഇത്തരം വിഷയങ്ങളിൽ കേന്ദ്രീകരിച്ചുകൊണ്ട് ആവിഷ്കാരങ്ങൾ സാധ്യമാക്കുമ്പോൾ അതിനു പിന്നിലുള്ള ശ്രമങ്ങൾക്കുപോലും പലപ്പോഴും സമകാലിക സാമൂഹിക വ്യവസ്ഥകൾ വിലങ്ങുതടിയാവുന്നില്ലേ?

തീർച്ചയായും. കവിതയിലായാലും പെയിന്റിങ്ങിലായാലും, സിനിമയിലോ മറ്റേത് ആർട്ട് ഫോമിലായാലും കാലിക ഭാവുകത്വത്തിന്റെ നടപ്പുശീലങ്ങളോടും മൂല്യവ്യവസ്ഥകളോടും മാത്രമല്ല, തന്നോടുതന്നെയും കലഹിച്ചുകൊണ്ടുമാത്രമേ ഒരാൾക്ക് പുതിയതെന്തെങ്കിലും സൃഷ്ടിക്കാനാകുവെന്നാണെന്റെ വിശ്വാസം. സമകാലിക സാമൂഹിക വ്യവസ്ഥകൾ ഒരു കലാകാരനെന്ന നിലയിൽ ആശയാ

വിഷ്കാരത്തിനു വിലങ്ങുതടിയാവാൻ ഞാൻ അനുവദിക്കാറില്ല. കവിതയായാലും സിനിമയായാലും എനിക്ക് തോന്നുന്നത് തോന്നിയ പോലെ പറയാനാണ് ഞാൻ ശ്രമിക്കാറ്. എന്റെ ആവിഷ്കരണ രീതികളോട് ആഭിമുഖ്യമില്ലാത്തവർക്ക് അത് കാണാതിരിക്കാം, വായിക്കാതിരിക്കാം, വിമർശിക്കാം. വ്യവസ്ഥാപിതമായ ഒരു ഭാവുകത്വത്തെ പ്രീണിപ്പിക്കുന്ന തരത്തിൽ കലാസൃഷ്ടി നടത്തി ജീവിക്കേണ്ടി വരുന്നതിനേക്കാൾ അതിനെതിരെ പോരാടി മരിക്കുന്നതാണ് നല്ലതെന്ന് ഞാൻ കരുതുന്നു.

- നിയമം കൊണ്ട് സംരക്ഷിക്കപ്പെടേണ്ട മനുഷ്യാവകാശങ്ങൾ നിയമം കൊണ്ടുതന്നെ ലംഘിക്കുന്നത് നമ്മൾ 2013 ഡിസംബർ 11ന് സാക്ഷ്യം വഹിച്ചു. വീണ്ടും നിയമം 1861 ലേക്ക് പുറംതിരിഞ്ഞുനിന്നു. സെക്ഷ്വാലിറ്റി എന്തുകൊണ്ടാണ് കുറ്റകരമാകുന്നത്? സോഷ്യൽ സ്റ്റിഗ്മകൾക്ക് നിയമം പരിരക്ഷ നൽകുകയല്ലേ ഇതുവഴി ചെയ്യുന്നത്?

പ്രാചീന ഇന്ത്യ ഇന്നു ചില തത്പരകക്ഷികൾ പ്രചരിപ്പിക്കുന്നതുപോലെ ഒരു ഹോമോഫൊബിക് സമൂഹമായിരുന്നില്ല. നമ്മുടെ താന്ത്രിക പാരമ്പര്യങ്ങളും ആത്മീയാനുഷ്ഠാനങ്ങളും പുരാണങ്ങളും മിത്തുകളും ശില്പങ്ങളും ഒക്കെ സൂചിപ്പിക്കുന്നത് ഇന്നത്തെക്കാൾ എത്രയോ സെക്ഷ്വലി ലിബറലായ ഒരു ജീവിതം നയിച്ചിരുന്ന ഒരു ഭൂതകാല ഇന്ത്യൻ ജനതയെയാണ്. നമ്മുടെ മഹാദേവനായ ശിവൻ തന്നെ പകുതിയാണും പകുതി പെണ്ണുമായി 'Gender Ambiguity'-യുടെ ആദിരൂപമായി നിലകൊള്ളുന്നു. ഇന്ത്യയിലെ ആബാലവൃദ്ധം ജനങ്ങൾക്കും യോനി പീഠത്തിൽ തറഞ്ഞുയർന്നു നിൽക്കുന്ന പരമശിവന്റെ ഉദ്ധൃത ലിംഗത്തെ നമസ്കരിക്കുന്നതിനും പൂജിക്കുന്നതിനും ഒരു 'സന്മാർഗ്ഗ' ചിന്തകളും തടസ്സമാകുന്നില്ല. നമ്മൾ മലയാളികളുടെ സ്വന്തം ദൈവമായ അയ്യപ്പസ്വാമികൾ തന്നെ ഹരിഹരന്മാരുടെ സ്വവർഗ്ഗകേളിയുടെ സത്ഫലമാണല്ലോ. പാരമ്പര്യത്തിൽ മദ്യമാംസ മത്സ്യ മൈഥുനാദി പഞ്ച 'മ'കാരങ്ങളുടെ പ്രാധാന്യവും നമുക്കറിവുള്ളതാണ്. ഗുദരതി മുതൽ മൃഗരതി വരെ നീളുന്ന രസക്രീഡകൾക്ക് കൈപുസ്തകങ്ങൾ രചിച്ചിട്ടുള്ള ഒരു മഹാപാരമ്പര്യത്തിന്റെ മഴവിൽനദിയിൽ മുങ്ങിനിവർന്നിട്ട് മദ്ധ്യകാലഘട്ടത്തിലെ 'ഇൻക്വസിറ്റേഴ്സിനെ' തോൽപിക്കുന്ന തരത്തിൽ മോറലിസം പ്രസംഗിക്കുന്ന ബാബ രാംദേവിനെപ്പോലുള്ളവരുടെ 'പ്രൂഡിഷനസ്സ് സത്യത്തിൽ മനം പുരട്ടുലുണ്ടാക്കുന്നതാണ്. ഇന്ത്യൻ പീനൽകോഡിലെ കുപ്രസിദ്ധമായ സെക്ഷൻ 377 കൃത്യമായും ഒരു ക്രിസ്ത്യൻ സെൻട്രിക് വിക്ടോറിയൻ മൊറാലിറ്റിയെ പ്രൊപ്പഗേറ്റ് ചെയ്യുന്നതിന്റെ ഭാഗമായി ഉണ്ടാക്കിയിട്ടുള്ളതാണെന്ന് നമുക്കറിയാം. ഇന്നു ഭാരതീയ സംസ്കാരികമൂല്യങ്ങളെന്ന പേരിൽ പ്രചരിപ്പിക്കപ്പെടുന്ന പലതും മൂന്ന് നൂറ്റാണ്ടുകൾക്കു മുൻപുള്ള യൂറോപ്യൻ മോറാലിറ്റിയെ അടി

സ്ഥാനമാക്കി രൂപപ്പെടുത്തിയതാണ്. ഇവ നമ്മളിൽ അടിച്ചേല്പിച്ച യൂറോപ്പാകട്ടെ നമ്മളെക്കടന്ന് ആധുനിക ജനാധിപത്യ സമൂഹമെന്ന നിലയിൽ മനുഷ്യന്റെ അന്തസ്സും അവകാശങ്ങളും ഉയർത്തിപ്പിടിക്കുന്ന നിയമ നിർമ്മാണങ്ങളിലൂടെ മുന്നോട്ടുപോയിട്ടും നമ്മളിന്നും ജീവിക്കുന്നത്, ലൈംഗിക സദാചാരത്തിന്റെ കാര്യത്തിൽ, ഒരു കൊളോണിയൽ 'ഫ്രീസ് ഫ്രെയ്മിലാണ്' (freeze-frame). അത് ഒരു ജനാധിപത്യ സമൂഹമെന്ന നിലയിൽ ലോകത്തിനുമുന്നിൽ നമ്മളെ അപഹാസ്യരാക്കിക്കൊണ്ടിരിക്കുന്നു. ഇന്നു ഹോമൊസെക്ഷ്വാലിറ്റി മാത്രമല്ല നമ്മുടെ തെരുവുകളിൽ എല്ലാത്തരത്തിലുമുള്ള ലൈംഗിക ആവിഷ്കാരങ്ങളും കുറ്റകരമായാണ് കണക്കാക്കുന്നതെന്നു കാണാം. കേരളത്തിലെ തെരുവുകളിലും പാർക്കുകളിലും ബീച്ചുകളിലും വിദേശിയരായ ഇണകൾക്ക് പ്രേമിക്കാം, സല്ലപിക്കാം. മലയാളികളായാൽ അവരെ നമ്മുടെ മോറൽ പോലീസ് വേട്ടയാടും. എന്നാൽ, ഒരു മുറിയെടുത്ത് പ്രണയിക്കാമെന്നുവെച്ചാലോ അവരെ "immoral traffic prevention act"എന്ന മറ്റൊരു കൊളോണിയൽ നിയമം ഉപയോഗിച്ചകത്താക്കും. ഇത്തരത്തിലുള്ള മനുഷ്യവിരുദ്ധവും കാലഹരണപ്പെട്ടതുമായ നിയമങ്ങൾ തിരുത്തുകയും പുനർനിർമ്മിക്കുകയും ചെയ്യേണ്ട ഇന്ത്യൻ പാർലമെന്റ് ഷഷ്ടിപൂർത്തി കഴിഞ്ഞ ഒരു സംഘം യാഥാസ്ഥിതിക പുരുഷന്മാരുടെ ജെറിയാട്രിക് സെന്ററായി മാറിയിരിക്കുന്നുവെന്നുള്ളതാണ് നമ്മുടെ ജനാധിപത്യത്തിന്റെ ഏറ്റവും വലിയ ദുരന്തം.

- 377 വീണ്ടും ക്രിമിനലൈസ് ചെയ്യുക വഴി ഇപ്പോൾ ത്രിശങ്കുസ്വർഗത്തിലായിരിക്കുന്നത് 377 ഡിക്രിമിനലൈസ് ചെയ്തപ്പോൾ ഓപൺലീ ഗേയായി സമൂഹത്തിനു മുന്നിൽ ജീവിച്ചവരാണ്. അതൊരു വളരെ ചുരുങ്ങിയ കാലയളവായിരുന്നുവെങ്കിലും സ്വതന്ത്രമായി സമൂഹത്തിൽ ജീവിച്ചവർക്ക് സമൂഹത്തിൽനിന്നുള്ള ടോർച്ചറിംഗ് പോരാത്തതിന് ഇപ്പോൾ നിയമത്തെയും ഭയക്കേണ്ടതായി വന്നിരിക്കുന്നു. ഇടക്കാലത്തെ ഡീക്രിമിനലൈസിങ്ങ് ഒരു അടവുനയം ആയിരുന്നോ എന്നുവരെ ഭയപ്പെടേണ്ടിയിരിക്കുന്നില്ലേ?

ഏതാണ്ട് 25 മില്യണിലധികം വരുന്ന ഇന്ത്യയിലെ LGBT കമ്മ്യൂണിറ്റിയെ ഒരു കോടതിവിധി കൊണ്ട് ക്രിമിനലുകളാക്കിയിട്ട് ലോകത്തിലെ ഏറ്റവും വലിയ ജനാധിപത്യ രാജ്യമെന്നൊന്നും ലോകരാജ്യങ്ങൾക്കുമുമ്പിൽ അധിക നാൾ വീമ്പിളക്കാൻ ഇന്ത്യക്കു കഴിയില്ല. അതുകൊണ്ട് എത്രയും പെട്ടെന്ന് തന്നെ ഈ നാണക്കേടിൽനിന്നും മുഖം രക്ഷിക്കാൻ വേണ്ടിയെങ്കിലും ഭരണാധികാരികൾ എന്തെങ്കിലും ചെയ്യുമെന്നാണ് ഞാൻ കരുതുന്നത്. മാത്രമല്ല LGBT മൂവ്മെന്റ് ഇന്ത്യയിൽ വളരെ ശക്തമായിക്കൊണ്ടിരിക്കുകയാണ്. സമീപഭാവിയിൽ അവർ ഇന്ത്യയിലെ വോട്ടുബാങ്ക് രാഷ്ട്രീയത്തിൽ അവഗണിക്കാ

നാകാത്ത ഒരു ശക്തിയാവുമെന്നത് ഒരു വസ്തുതയാണ്. മത-മൗലിക വാദികളുടേയും യാഥാസ്ഥിതികരുടേയും ശക്തികേന്ദ്രമായ പാർലമെന്റിലേക്ക് വിടാതെ തന്നെ 377 പ്രശ്നം ഇപ്പോൾ നല്കിയ റിവ്യൂ ഹർജ്ജിയിലൂടെ സുപ്രീംകോടതിയിൽത്തന്നെ പരിഹരിക്കപ്പെടുമെന്നു നമുക്കാശിക്കാം. എങ്കിലും ഡോണ പരാമർശിച്ചതുപോലെ വലിയൊരരക്ഷിതാവസ്ഥയിലേക്കാണ് ഇന്ത്യയിലെ LGBT സമൂഹത്തെ ഈ കോടതി വിധി തള്ളിയിട്ടിരിക്കുന്നുവെന്നതിൽ തർക്കമില്ല. ഒരിക്കൽ പുറത്തുവന്നൊരാൾക്ക് വീണ്ടും ക്ലോസെറ്റിലേക്ക് മടങ്ങുക ദുഷ്കരമാണ്. അതുപോലെതന്നെ പുതിയ 'കമിങ് ഔട്ട്'കളും. തങ്ങളുടെ ജീവിതം അതിന്റെ പൂർണ്ണതയിൽ ജീവിക്കാൻ കഴിയാതെ മനഃശാസ്ത്രപരവും സാമൂഹ്യവുമായ വിമ്മിഷ്ടത്തിൽ പൗര സമൂഹത്തിലെ ഒരു നിശ്ചിത ശതമാനത്തെ തളച്ചിടുന്ന ഈ വിധ്വംസക നിയമത്തിനെതിരെ ഇന്ത്യയിലെ എല്ലാ ജനാധിപത്യവിശ്വാസികളും ഉണർന്ന് പ്രവർത്തിക്കുമെന്ന് നമുക്ക് പ്രതീക്ഷിക്കാം.

- ലൈംഗിക അരാജകത്വം നടമാടുന്ന നമ്മുടെ സമൂഹത്തിൽ അധികമൊന്നും അല്ലെങ്കിൽ തന്നെ സംസാരവിഷയം ആവാത്തതും, മീഡിയകൾ റിപ്പോർട്ട് ചെയ്യപ്പെടാതെ പോകുന്നതുമായ വിഷയമാണ് പുരുഷന്മാരാൽ മറ്റു പുരുഷന്മാർ ലൈംഗികചൂഷണത്തിന് ഇരയാകുന്ന അവസ്ഥകൾ. അതെന്തുകൊണ്ടാവാം?

ലൈംഗിക അരാജകത്വമല്ല, മറിച്ച്, ലൈംഗിക അടിച്ചമർത്തലും, ലൈംഗിക ദാരിദ്ര്യവും ചേർന്നു സൃഷ്ടിച്ച ഒരുതരം 'വയലെൻസ്' ആണ് ഇന്ത്യയിൽ ആഘോഷിക്കപ്പെടുന്നത് എന്നുപറയുന്നതാവും കൂടുതൽ ശരിയെന്നു തോന്നുന്നു. ആൺകുട്ടികളും പെൺകുട്ടികളും ഒരുപോലെ ലൈംഗികചൂഷണങ്ങൾക്കും അതിക്രമങ്ങൾക്കും ഇരയാവുന്നുണ്ട്. ആൺകുട്ടികൾക്കെതിരായ അക്രമങ്ങൾ പലതും റിപ്പോർട്ട് ചെയ്യപ്പെടാറില്ലയെന്നുള്ളതാണ് വാസ്തവം. ബലാത്സംഗം ഒരധികാരപ്രയോഗമാണ് അതിന് ആൺ/പെൺ വ്യത്യാസമില്ല. ലൈംഗികാതിക്രമങ്ങളെക്കുറിച്ചുള്ള "മീഡിയ റിപ്പോർട്ടുകൾ" തന്നെ പലപ്പോഴും ഒരു ലൈംഗീക 'വിഭവ'മാണ്, അത് മധ്യവർഗ്ഗ 'ഹെട്രോസെക്ഷ്വൽ' ആസക്തികളെ തൃപ്തിപ്പെടുത്തുന്ന വിധത്തിൽ വിശദാംശങ്ങൾ പൊലിപ്പിച്ചു 'പാചകം' ചെയ്യപ്പെട്ടവയായിരിക്കും. വാർത്താവിപണിയിൽ ഹെറ്ററൊസെക്ഷ്വൽ ലൈംഗികാതിക്രമ വാർത്തകൾക്ക് കൂടുതൽ കാണികളും ആസ്വാദകരുമുള്ളതിനാലാകണം മീഡിയ കൂടുതലായി അവ റിപ്പോർട്ട് ചെയ്യുന്നത്. മെയിൽ സെയിം സെക്സ് റെയ്പ്പുകൾ റിപ്പോർട്ടുചെയ്യപ്പെടാൻ മാത്രം 'ജൂസി'യല്ലായെന്നോ 'സെല്ലബൾ' അല്ലയെന്നോ 'മീഡിയ'കൾ നിയന്ത്രിക്കുന്ന പുരുഷകേസരികൾക്ക് തോന്നുന്നുണ്ടാവണം.

ഇന്നും ഇന്ത്യൻ ഗ്രാമങ്ങളിലെ ജാതി പഞ്ചായത്തുകൾ ഒരു

'പ്യൂണിറ്റിവ് മെഷർ' എന്ന നിലയിൽ 'റെയ്പ്പിനെ കാണുന്നുവെന്ന് പറഞ്ഞാൽ അദ്ഭുതപ്പെടേണ്ടതില്ല. രാജസ്ഥാനിലെ ഒരു ഗ്രാമത്തിൽ മോഷണക്കുറ്റത്തിന് പിടിക്കപ്പെട്ട യുവാവിനെ ജാതി പഞ്ചായത്ത് ശിക്ഷിച്ചത് അവന്റെ സഹോദരിയെ കൂട്ടബലാത്സംഗം ചെയ്തു കൊണ്ടായിരുന്നുവെന്ന വാർത്ത നാം വായിച്ചത് ഈയടുത്തകാലത്താണല്ലോ. ഇന്ത്യയിൽ ബലാത്സംഘം ഒരു "ലെജിറ്റിമേറ്റ് മോഡ് ഓഫ് സോഷ്യൽ കൺട്രോൾ" ആയി മാറിയിരിക്കുകയാണ്. അമേരിക്കയെ 'ഫാസ്റ്റ് ഫുഡ് നേഷൻ' എന്നു വിളിക്കുന്നതുപോലെ ഇന്ത്യയെ "റെയ്പ്പ് നേഷൻ" എന്നുവിളിക്കേണ്ടിവന്നിരിക്കുന്നുവെന്നതാണ് യാഥാർത്ഥ്യം.

• സുരക്ഷിതത്വമെന്നത് ഇന്ന് ഏറെ കുറെ പ്രഹസനമല്ലേ? നിയമത്തിനുപോലും മനുഷ്യാവകാശങ്ങൾക്ക് പരിരക്ഷ നൽകാൻ കഴിയുന്നില്ല. ഒറ്റയ്ക്ക് പുറത്തിറങ്ങിയാൽ സ്ത്രീയായാലും പുരുഷനായാലും ബലാത്സംഗത്തിനു വിധേയരാകപ്പെടാം, കുട്ടികൾക്കുപോലും പുറത്തിറങ്ങാൻ കഴിയാത്ത സാമൂഹികവ്യവസ്ഥയാണ് നിർമ്മിക്കപ്പെട്ടുകൊണ്ടിരിക്കുന്നത്. സ്വന്തം ലിംഗത്തിലുള്ളവരുടെ കൂടെ പുറത്തിറങ്ങിയാൽ - ഒരു സുഹൃത്തായാൽ പോലും - നിയമലംഘനത്തിനും, എതിർലിംഗത്തിലുള്ളവരുടെയൊപ്പമായാൽ മാര്യേജ് സർട്ടിഫിക്കറ്റ് കാണിച്ചില്ലെങ്കിൽ നിയമലംഘനത്തിനും അകത്താവാം. ഡെമോക്രാറ്റിക്കായ നമ്മുടെ രാജ്യത്ത് മനുഷ്യരെ നിയമത്തിന്റെ മൂക്കുകയറിട്ട് വലിക്കുന്ന ഈ ഏർപ്പാടിന് എന്നെങ്കിലും ഒരു അറുതിയുണ്ടാവുമോ?

തീർച്ചയായും അത് പ്രഹസനംതന്നെയാണ്. 'സ്ത്രീസുരക്ഷ' എന്ന ഓമനപ്പേരിൽ ഒരു സ്വതന്ത്രവ്യക്തിയെന്ന നിലയിൽ സ്ത്രീയുടെ സോഷ്യൽ ഫങ്ഷനിങ്ങിനെ നിയന്ത്രിക്കുന്നതാണ് നാമിന്നു കാണുന്നത്. രാപകലെന്യേ സ്ത്രീകൾക്കും പുരുഷന്മാർക്കും ഇതിൽ രണ്ടിലും പെടാത്തവർക്കും സ്വതന്ത്രമായി സഞ്ചരിക്കാനും തൊഴിലെടുക്കാനുമുള്ള സാഹചര്യം ഒരുക്കുന്നതിനുപകരം നമ്മുടെ സർക്കാരുകൾ ഒരു നിശ്ചിതസമയം കഴിഞ്ഞാൽ സ്ത്രീകൾ പുറത്തിറങ്ങരുത്, ആക്രമിക്കപ്പെടുമെന്നൊക്കെ പറഞ്ഞ് ജനസംഖ്യയിൽ പകുതിയിലധികം വരുന്ന സ്ത്രീ സമൂഹത്തെ വിരട്ടി വീട്ടിലിരുത്തുന്നത് നഗ്നമായ മനുഷ്യാവകാശലംഘനമാണ്.

നോക്കൂ നമ്മുടെ കേരളം സ്ത്രീ ശാക്തീകരണത്തിന്റെ കാര്യത്തിൽ വളരെ മുന്നിലാണെന്നാണല്ലോ പറയുന്നത്. എന്തുകൊണ്ടാണ് നമ്മുടെ നിരത്തുകൾ സൂര്യനസ്തമിച്ചാൽ പുരുഷനിരത്തുകളായി മാറുന്നത്? സന്ധ്യ കഴിഞ്ഞാൽ വീട്ടിലിരിക്കുകയെന്നത് കുലസ്ത്രീയുടെ ഒരനിവാര്യഗുണമായാണ് കേരളീയ പൊതുബോധം മനസ്സി

95

ലാക്കുന്നത്. അഥവാ ഏതെങ്കിലും ഒരു സ്ത്രീ അതിന് വിപരീതമായി പ്രവർത്തിക്കുകയാണെങ്കിൽ നമ്മളവളെ രാത്രി സഞ്ചാരികളായ പുരുഷന്മാർ കൈവെക്കാവുന്ന 'ചരക്കാക്കി' മാറ്റും. ഭർത്താവോ അച്ഛനോ സഹോദരനോ മകനോ അല്ലാത്ത ഒരു പുരുഷനൊപ്പം യാത്ര ചെയ്യുന്ന സ്ത്രീയെ വഴിയിൽത്തടഞ്ഞ് "ഇവൻ നിന്റെയാരെടീ"യെന്നു ഗർജ്ജിക്കാൻ തനിക്കധികാരമുണ്ടെന്ന് വിശ്വസിക്കുന്ന 'മോറൽ വിജിലാന്റി'കളുടേയും പൊലീസുകാരുടേയും നാടാണ് നമ്മുടെ 'ദുഷ്ട' കേരളം. ഇന്നു നമ്മൾ എന്തെങ്കിലും തരത്തിലുള്ള സ്വാതന്ത്ര്യം അനുഭവിക്കുന്നുണ്ടെങ്കിൽ അത് നിരന്തര മനുഷ്യാവകാശ പോരാട്ടങ്ങളിലൂടെ നാം നേടിയതാണ്. ജാഗ്രത പുലർത്തിയില്ലെങ്കിൽ അതും നമുക്ക് നഷ്ടപ്പെടും. വ്യക്തി സ്വാതന്ത്ര്യത്തിനു മേൽ പുതിയ പുതിയ മൂക്കുകയറുകൾ വന്നുകൊണ്ടേയിരിക്കും. നമ്മളതിനെ പൊട്ടിച്ചെറിഞ്ഞുകൊണ്ടേയിരിക്കണം. അല്ലാതെ മറ്റു മാർഗ്ഗങ്ങളില്ല. അനുദിനം അതോറിട്ടേറിയനായിക്കൊണ്ടിരിക്കുന്ന നമ്മുടെ സമൂഹത്തെ ഒരു തുറന്ന ജനാധിപത്യ സമൂഹമായി നിലനിർത്തുന്നതിന് നിതാന്ത ജാഗ്രത പുലർത്തുന്ന ഒരു സിവിൽ സമൂഹവും അത് നടത്തുന്ന മനുഷ്യാവകാശ പോരാട്ടങ്ങളും അനിവാര്യമാണ്. ജനാധിപത്യമെന്നത് ദീർഘയാത്രക്ക് ശേഷം എത്തിച്ചേർന്ന് വിശ്രമിക്കാവുന്ന സത്രമല്ല, മറിച്ച് അത് യാത്രയുടെ നൈരന്തര്യമാണ്. ∎

www.ingramcontent.com/pod-product-compliance
Lightning Source LLC
LaVergne TN
LVHW041538070526
838199LV00046B/1724
* 9 7 8 9 3 8 6 4 4 0 2 4 2 *